I0718451

không đứng mãi
trong tranh

KHÔNG ĐỨNG MÃI TRONG TRANH
Lê Chiều Giang

Tranh bìa: Nghiêu Đề
Trình bày bìa: Uyên Nguyên Trần Triết
Dàn trang: Nguyễn Thành
Nhà xuất bản Nhân Ảnh 2021
ISBN: 9781990434198
Copyright © 2021 by Le Chieu Giang

LÊ CHIỀU GIANG

không đứng mãi
trong tranh

NHÂN ẢNH
2021

Nguyễn Thị Thụy Vũ
Viết thay Lời Tựa
Không Đứng Mãi Trong Tranh

Khi biết ý Lê Chiều Giang in tác phẩm đầu tay và duy nhất này, nhiều phần cô dành tặng đến những bạn bè của Nghiêu Đề và bạn Cô.

Tôi cười thú vị khi hình dung ra những khuôn mặt của chúng tôi. Những Nguyễn Đình Toàn, Viên Linh, Trần Dạ Từ, Trùng Dương, Duy Trác, Ngô Thế Vinh... Bạn bè thời huy hoàng hay cả những ngày lang bạt, khốn khó, và thê thảm.

Chúng tôi sẽ đọc Lê Chiều Giang, những dòng chữ chảy lui về quá khứ. Một quá khứ không thể nào không nhắc về, nhớ tới... Những quá khứ của thời đã "Chết đi, sống lại".

Và còn thêm Bạn Bè Cô, sẽ đọc với chúng ta, trong tác phẩm đặc biệt này.

Lê Chiều Giang viết mà như vẽ lại, như tả chân một cách vô cùng linh hoạt. Không hề tẩy xóa, chẳng tô vẽ thêm, nhưng rất lạ, Cô đã làm mới lại được những điều xa xưa, những tháng ngày rất cũ.

Phòng tranh Alliance Française, với nhiều bức tranh của Hội Họa Sĩ Trẻ. Những bước chân reo cho một đổi mới của nền hội họa Miền Nam Việt Nam thời 1960.

Hoặc như những chuyện xoay quanh căn chung cư bên dòng sông Thanh Đa, nơi mà Huỳnh Hữu Ủy đã nhắc: "Cư Xá Thanh Đa, căn nhà trước và sau 1975, lúc nào cũng rất đông bè bạn, nhà NghiêuĐề và ChiềuGiang, một nơi luôn vui cười rộn rã... Bất chấp hết mọi sự rình rập."

Cư Xá Thanh Đa, thời Nguyễn Đình Toàn, Chiều Giang, Trần Quang Lộc và bè bạn, ôm đàn hát trên chiếc thuyền nhỏ trong những đêm trăng. Để đến bây giờ Nguyễn Đình Toàn vẫn nhắc với tôi: "Sau 75, nếu chúng ta không cùng có nhau trên "Dòng Sông Ca Hát" của nhà Nghiêu Đề, chắc chắn cả đám đã rã rục trong khô héo…"

Điều đặc biệt khác, tôi thích Thơ cô. Những bài thơ hiện thực đầy ẩn dụ, và bàng bạc trong thơ Lê Chiều Giang, vẫn còn nguyên cái tính chất quyết liệt, không ngờ.

Quyết liệt như mối tình thơ mộng của Cô, với người bạn tài hoa của chúng ta. Nghiêu Đề.

Người đã bỏ chúng ta đi từ nhiều năm trước.

Nguyễn Thị Thụy Vũ
2/2/2021

NGƯỜI MẪU

Viết về Nghiêu Đề, người bạn Tấm Cám không phải chỉ mình tôi, mà đã có rất nhiều bạn bè quý mến, viết về, nói đến...

Nhưng vẫn chẳng ai nói về Nghiêu Đề, tha thiết và cảm động như "Người của trăm năm" đã viết về anh.

Lê Chiều Giang, Cô viết như một tưởng niệm về người bạn của chúng ta. Nghiêu Đề

Anh đã ra đi tháng 11/1998.

[Ngô Thế Vinh]

Nghiêu Đề
by Chóe

ách vở cho bài tập ngày mai, được tôi loay hoay học, khi Anh ngồi tìm góc cạnh cho một chân dung mới.

Anh đã chẳng muốn tôi bị mất điểm vì ngày thi gần đến, nên tôi ngồi ngay phòng khách nhà Anh. Vừa học vừa làm mẫu cho bức tranh dang dở, bắt buộc Anh phải hoàn tất cho lần triển lãm sắp tới.

Những Chủ Nhật trốn lễ nhà thờ chưa đủ, tôi bỏ cả trường lớp, trốn học, và có khi còn muốn đi luôn… Tuổi nhỏ mê muội, đắm đuối trong một rừng Tranh, tôi ngây ngô chưa hiểu gì, nhưng thú vị với những bức tranh còn nồng ướt mùi sơn dầu của Anh, và bè bạn. Những họa sĩ hơn tôi không biết bao nhiêu tuổi, chỉ biết họ nhìn tôi như một cô học trò mới lớn.

1970

Mắt tôi Anh vẽ dài như lá, tóc bới cao cho tôi nhận ra cổ mình rất đẹp, và thấp thoáng trong tranh tôi nhìn thấy những thiết tha, trìu mến mỗi khi Anh ngắm tôi để thêm một nét mới. Anh không vẽ tôi rất giống như một hình ảnh chân phương, sự cách điệu không hài hòa, làm gương mặt tôi có sắc sáng như trăng, lại thêm chút bóng tối của u mê. Sự u mê mà chắc chỉ mình Anh nghiệm ra, nhìn thấy.

1973

Khi nghe tiếng xe dừng, Anh nhìn ra cửa, nói vội cùng tôi: "Cô bạn cũ".

Tôi xếp tập vở, sửa soạn cho một lời chào hỏi.

Chẳng thèm ngó gì đến ai, Chị đanh đá nhắm vào Anh xỉa xói, một "kẻ phản bội, không giữ lời hứa cưới xin…" Khi hiểu ra chuyện, sợ hãi nhưng tôi chẳng biết làm gì và chạy trốn đi đâu? Chỉ nghĩ nếu không có tôi ở nhà Anh lúc này, mọi điều sẽ phải rất khác.

Làm sao Anh có thể giải bày? Và, Anh ấp úng…

Rất nhanh, Chị ném bức tranh anh đang vẽ ra cửa, như chưa hết tức, Chị chà lên, đạp xuống làm canvas bung rơi, với màu nhòe nhoẹt ướt. Mặt mũi tôi trong tấm canvas xéo ngang xéo dọc với mọi thứ màu sắc, nằm im dưới đất trông rất tội nghiệp.

Tôi còn ngớ ngẩn ráng nói lời xin lỗi, Chị lườm với ngụ ý, không thèm chấp với con nhỏ đã sinh ra mọi chuyện rắc rối... rồi vùng vằng bỏ đi.

Tôi khóc. Anh hẹn sẽ tìm canvas cho một tranh khác.

"Tranh khác", nghĩa là tôi sẽ tiếp tục trốn học và trốn cả nhà thờ.

***

Buổi triển lãm hàng năm "Hội Họa Mùa Xuân" của Hội Họa Sĩ Trẻ, luôn tổ chức ở Alliance Française trên đường Gia Long Sàigòn. Anh mang tranh còn ướt với khung tranh chỉ là những sợi dây lạt quấn quanh, bởi vội vàng chưa kịp sửa soạn cho khung mới. Tôi nói với Anh, kiểu thức đặc biệt này làm chân dung tôi nhìn vui vui, lạ mắt và còn thêm chút phần lãng mạn.

Nhưng anh Đinh Cường khiếu nại, bày vẽ cho tôi hiểu qua một ẩn dụ khác: "Nó trói cuộc đời Cô lại đó, chứ dây lạt đâu có ai dùng làm khung tranh?"

Có sự trói buộc nào dễ thương hơn không? Chỉ là những sợi dây lạt đan thắt lại, nhưng đã gắn bó chúng tôi tới ngàn năm, cho đến khi hết hơi, cho đến ngày tắt thở.

Vừa lén lút sợ Ba Mẹ, vừa lúng túng. Tôi treo bức Chân Dung anh tặng sau ngày triển lãm ngay sát bàn học. Không dám nói tranh của ai, vì Ba Mẹ tôi đã tuyệt đối cấm đoán, không cho gặp Anh thêm một lần nào nữa.

Tôi ngây thơ nhưng gian dối, áo dài thướt tha, ôm thánh kinh, trốn nhà thờ.

Mỗi chiều Chủ Nhật, ngồi café cùng Anh ở mọi góc phố thơ mộng của Sàigòn. Tôi mộng mơ với nắng chiều lung lay theo gió trên những lá xanh mùa xuân. Lành lạnh với mưa rơi nho nhỏ, ướt hết ngàn lá vàng khi thu đến… Chúng tôi tiếc từng phút giây, bởi hết thánh lễ là giờ tôi phải về nhà.

Tôi đã mơ màng cùng tranh những sáng mưa, chiều nắng. Hương của sơn dầu như thơm ngát trên tóc tôi cùng sách vở. Tôi đã ngồi với bàn học trễ hơn mỗi đêm khuya, để nhìn ngắm chân dung mình, hít hà mùi thơm quyến rũ của tranh, chứ không phải ôn bài, hay đọc sách.

Tan trường về, việc đầu tiên là tôi đứng trước bàn học thầm thì, như chào như hỏi với tranh và cả với bóng mình.

Có Tranh, đã như có thêm sự góp mặt của Anh, trìu mến cùng tôi trong gian phòng bé nhỏ. Tôi cảm thấy như ẩn khuất đâu đó là hơi thở Anh nồng nàn, với mắt nhìn ấm áp. Và tranh với tôi đã cùng quấn quýt, quyến luyến như sẽ chẳng bao giờ có thể rời xa.

Nhưng mọi sự chìm đắm của tôi chợt bị cắt ngang, Ba tôi mang giấu bức tranh đi biệt tích!

Vẫn còn nguyên áo dài chưa kịp thay, tôi lăn ra khóc. Tôi ăn vạ, tôi bắt đền như những ngày xưa còn bé… Mẹ tôi bối rối nói những lời răn đe, rồi khuyên nhủ.

Tôi không nghe thấy gì những lời Mẹ nói. Bên tai tôi là tiếng gào xé thất thanh của bức tranh yêu dấu, bức tranh tượng trưng cho lòng thủy chung muôn đời, đã và không bao giờ có thể cắt chia… Tôi tưởng tượng ra Tranh cũng đang buồn rầu, đang giãy giụa vật vã, và khóc lóc thảm thương.

****

Khi biết ý Anh muốn dùng chút thời gian còn lại để vẽ chân dung tôi, như một kỷ vật sau 25 năm cùng nhau sống chết.

Tôi ngại ngùng vì Anh đã rất yếu, chỉ muốn Anh nghỉ ngơi. Nhưng nếu chẳng làm gì, chỉ khơi khơi ngồi chờ cơn hấp hối, chờ phút giây của những phai tàn, đợi chờ cho một chấm hết… Cực hình này mới thật đáng sợ.

Và mỗi ngày tôi vẫn ngồi mẫu.

"Mẫu", chỉ là một cách nói, tất cả tranh Anh, bức nào cũng đã phảng phất bóng tôi. Qua một cuộc nhân duyên bền bỉ, chúng ta có còn cần nhìn nhau cho thêm rõ những mặt mày, những dung nhan và ngay cả từng hơi thở?

Anh nhìn tôi mà như không thấy. Tay Anh run nên nét vẽ kém đi phần sắc sảo.

Tóc tôi vẫn được bới cao như bức chân dung mà Ba tôi đã giấu đi mất tăm. Tôi bồi hồi, buồn bã nhớ lại những trắc trở, những khó khăn của Anh và tôi khi bị gia đình ngăn cấm…

Sao mắt tôi mà Anh vẽ mãi chưa xong? Rất nắn nót, chỉ để ánh lên được chút màu đỏ mỏng manh, ẩn khuất dưới nét mi mờ nhạt.

Tôi rùng mình hãi sợ, so sánh với màu máu tươi rỉ ra từ gan Anh. Máu tươi nhưng xám xanh, trôi dần theo cùng nỗi chết.

Máu đỏ, mỗi ngày hàng chục lần tôi đã phải thấm cho ráo khô.

Và máu, đã rót trên đôi tay bé nhỏ những cảm giác tê dại, bàng hoàng đầy kinh hãi...

Anh vẽ mắt tôi xếch và sắc như kiếm dao, điểm thêm với miệng cười vô cùng khinh bạc. Chút khinh bạc, không biết bao lần đã nương bên tôi, đứng thẳng cùng tôi giữa đất trời, bên một dòng đời vô cùng nghiệt ngã…

Nhưng biến hóa thật lạ lùng, trong tranh trông tôi vẫn rất dịu dàng, dễ thương và đằm thắm.

Cho đến phút cuối đời, Anh vẫn diễn tả về tôi rất thật, nhìn ra tôi rất đúng. Chính Tôi.

***

Trong giận dữ, "Chị" đã quăng bức chân dung thứ nhất.

Ba tôi giấu mất bức tranh thứ hai. Bức tranh đã lưu lạc theo cùng tiếng khóc ấm ức của tôi, trong rất nhiều đêm dài không ngủ.

Tranh "Chân Dung Cuối". Thôi, tôi xin gửi theo. Khâm liệm.

Và nhan sắc này sẽ ở lại cùng Anh muôn đời, mãi mãi.

Tôi sợ đường viền mắt đỏ, Anh không vẽ tôi khóc. Anh vẽ tôi với mắt nhìn bướng bỉnh đầy ngạo mạn…

Nhưng sao tôi tưởng ra, tôi nhìn thấy, đã có những giọt máu tuôn rơi từ đôi mắt kia, rất sắc.

NHỚ VỀ HỘI HỌA SĨ TRẺ

Tôi nhỏ xíu, tôi bé xíu.

Cũng chẳng có nghĩa những bóng lớn của Hội Họa Sĩ Trẻ đó đã che hết dáng tôi, cô học trò xinh xinh, chen chân, nhón gót xem tranh trong những chiều trốn lễ, bỏ nhà thờ…

Tôi mượt mà, tóc bay và mắt ướt, tôi thơ mộng như những thiếu nữ trong tranh.

Tôi nhìn thấp thoáng chút yêu kiều, thời của những Chagall, Pissarro, Cezanne, Matisse… Và ngay cả rất xa xưa, Rembrandt.

***

Không khí phòng triển lãm Alliance Française, tràn đầy những tinh hoa, thoát bay và ấm áp.

Khói thuốc Haft & Haft thơm tho, Basto nặng nồng, hay Lucky mờ mịt. Mắt tôi bốc cay với khói mà tưởng như có thêm cả chút nồng nàn, sướt mướt.

Những bức tranh với tên gọi bàng bạc như Thơ.

Anh Trịnh Cung với "Vương Hương"; "Trăng,

Chim, Hoa và Nàng" của anh Đinh Cường; Nghiêu Đề với "Vùng Thanh Thoát"; và Nguyễn Trung của "Đêm Chân Không" …

Tôi mê những bức tranh cổ điển của anh Đỗ Quang Em. Ánh sáng và bóng tối, lạnh toát hay vắng tanh, anh đã làm ấm lại trong tranh chỉ với chút ánh đèn dầu le lói.

Và tranh Cù Nguyễn đẹp như một thinh lặng, gắn bó cùng nỗi chết, đâu đó mãi tận cuối chân trời.

Sàigòn, những ngày xao xác cùng chiến tranh, những lửa đạn kinh hoàng Khe Sanh, Quảng Trị...

Đạn lạc tên bay tận những nơi xa vời để bảo vệ cho Sàigòn. Một Sàigòn không tiếng súng.

Và tôi, trốn hết học hành trường lớp. Tôi mê muội theo những hương thơm ngát của sơn dầu, tôi bàng hoàng bên những nét cọ sắc sảo. Nét cọ mà khi dào dạt cùng tranh, đã phải óng ánh hơn những nét bút rời rạc; chữ nghĩa lơ mơ chợt quên, chợt nhớ của tôi trong trường thi, lớp học.

Tôi bị cuốn theo những chiều rực rỡ La Pagode, những đêm Givral hoa đèn lấp lánh.

Và cả với những sáng khi Sàigòn còn mờ hơi sương, lúc phòng tranh chưa mở cửa. Nơi đó, có năm bảy chàng họa sĩ trong Hội Họa Sĩ Trẻ, ngồi nghi ngút cùng café bên góc hè của Continental Hotel, ngay cạnh phòng triển lãm Alliance Française.

Hình ảnh mà sau này tôi xem trong phim tài liệu về

những Họa sĩ thuộc thế kỷ 19th: Claude Monet, Rodin, Degas, Renoir, Cezanne… Họ đã có những sáng vang vang bốc khói cùng café, những đêm rượu đổ đầy đường trên phố Montmartre. Họ cũng đã ngồi cùng nhau bên những câu chuyện đầy màu sắc, ấm áp và chan chứa nhiệt tình, không khác gì những vị trong Hội Họa Sĩ Trẻ.

Từ The Boulevard Montmartre tới Đại Lộ Tự Do Sàigòn.

Trăm giấc mơ đã cùng với khói thuốc mịt mù bay, họ say sưa bàn bàn, nói nói về những tác phẩm tinh khôi, nhằm sáng tạo ra nhiều nét khác biệt hẳn với những tàn dư cũ.

Những bước chân reo cho một ước mơ dài: Làm mới, làm thăng hoa thêm cho nền hội họa của Miền Nam Việt Nam.

Hội Họa Sĩ Trẻ, và phố xá, và Sàigòn của những đêm mưa… Ánh đèn đường lạnh lẽo hắt hiu, mờ mờ soi vàng những chiếc lá lao xao, rơi rụng.

***

Leonardo Da Vinci dặn rằng, tranh là bài thơ để đọc, và thơ là bức tranh để xem. Tôi luôn lẫn lộn giữa thơ và tranh, tiện thể, tôi còn nhầm luôn Họa sĩ với Thi sĩ.

Nghiêu Đề, chàng họa sĩ tài hoa với cả chút đa tình, sống lửng lơ như gió, đã thiết tha mời tôi ngồi mẫu. Và tôi tình nguyện, tôi hân hoan được làm người: Đứng mãi trong tranh.

Trong một buổi trà dư tửu hậu của Hội Họa Sĩ Trẻ, tôi rủ theo cô bạn.

Trên đường về, cô phàn nàn: "Hội Họa Sĩ Trẻ", tên nghe hay hay, nhưng sao toàn mấy ông… già chát?

Tôi phải lan man giải thích. Năm 1962, khi các họa sĩ muốn lập hội, đã bị nhiều khó khăn, bị từ chối bởi Bộ Văn Hóa.

Bác Sĩ Nguyễn Tấn Hồng, lúc đó là Bộ Trưởng Bộ Thanh Niên, đề nghị đặt tên lại là: Hội Họa Sĩ Trẻ Việt Nam, tên phải có thêm chữ Việt Nam, phải nghe như một "đội đá banh" của những bạn trẻ. Như thế, Bộ Thanh Niên mới có thể quyết định cho lập hội, thay vì phải qua sự can thiệp của Bộ Văn Hóa.

Và như tên gọi của một Hội đá banh đó, bỗng có những khuôn mặt không còn trẻ nữa. Lại càng không ai có sức lực nào để có thể chạy, rượt đuổi theo những trái banh trên sân cỏ.

… Những "Họa sĩ Trẻ, sao đã già, mà… lại còn già chát?".

Với tôi, Arts sáng như trăng và long lanh không tuổi. Như khi thưởng lãm những công trình sáng tạo của Michelangelo, Lorenzo Bernini… Cái đẹp qua tượng nude của David, hoặc dáng nằm trầm luân của Teresa.

Và còn muôn ngàn những tác phẩm thời Renaissance, Baroque. Thêm cả những công trình kiến trúc, và với biết bao tượng cùng tranh… Tất cả, như đã là của muôn đời.

Arts, đã xóa hết những nếp nhăn của thời gian, và làm biến mất khoảng cách của không gian. Để cho dù tới ngàn kiếp sau, Artists vẫn luôn hiển hiện, vẫn như còn lồng lộng trước những tác phẩm, những công trình tuyệt vời, phải sống với ngàn năm của họ…

Và như thế, những nhân vật trong Hội Họa Sĩ Trẻ, lứa tuổi của 30, 40 đã sáng chói, đã như trăng như sao trong tâm tưởng tôi, cô bé thời đi học.

Qua những tác phẩm nhiều khai phá, sáng tạo tới nơi tới chốn, và với những khởi sắc đầy tài hoa… Họ đã rất trẻ, và họ sẽ còn trẻ mãi.

Nhưng lần lượt rồi họ sẽ ra đi.

Nói đùa như anh Mai Chửng và Nguyên Khai, khi dặn dò Nghiêu Đề bên giường bệnh: "Xuống đó nhớ lập lại Hội, xong xuôi rồi thằng nào xuống trước sẽ ghi danh…"

Năm 1974, anh Lê Tài Điển từ Pháp về, ngồi với anh Nghiêu Đề và tôi ở phòng tranh La Dolce Vita, phía sau khách sạn Continental Palace.

Đặc biệt của La Dolce Vita là họ rất chuyên nghiệp và kỹ lưỡng về ánh sáng cho góc độ của từng bức tranh.

Ánh sáng hài hòa đã làm nổi bật, ấm áp, và như làm đẹp thêm cho những tác phẩm của Hội Họa Sĩ Trẻ, khiến anh Lê Tài Điển muốn ngồi lại mãi, dù phòng tranh đã tới giờ đóng cửa. Anh dặn dò: "Cô đừng bao giờ quên, hạnh phúc và may mắn nhất của chúng ta là, được ngồi chung quanh những bức tranh, những tác phẩm tuyệt vời..."

***

Tôi café mỗi sáng, rượu đỏ mỗi tối bên những tranh của Đỗ Quang Em, Nguyễn Trung, Đinh Cường, Nguyễn Lâm, Ngy Cao Uyên, Nguyễn Phước... Những xanh mượt mà. Những vàng ánh xôn xao. Những đỏ thắm như mặt trời, trắng xóa như sẽ chẳng còn thấy gì; hay những màu âm u lạnh toát trong tranh Nghiêu Đề...

Bắt chước La Dolce Vita, tôi thắp sáng những ánh đèn, tôi tạo ra một không gian ấm áp và bừng lửa. Những ánh đèn rực rỡ đôi khi, đã soi xuyên qua bóng đêm tối tăm, lạnh lẽo.

Ánh sáng trầm như nhạc, sắc như gươm đã như ngàn tiếng hét hò trong đời sống tôi: Lặng im.

Ánh sáng như giục giã, như gọi mời, để lắm khi dù đêm đã sắp tàn, những nhân vật vẫn lặng lẽ, vẫn mơ hồ bước ra từ tranh...

Họ điềm đạm ngồi uống với tôi, nhắc lại cùng tôi những điều rất xa xôi, từ trăm năm cũ.

Chân Dung

Đỏ
Rất đỏ
Ta tung màu lên tóc
Và xám xanh
lấp đầy hai con mắt
Ta.
vẽ ai đây?
Giữa đêm tàn
Thắp sáng trong tranh
Trăm ngọn nến
Réo hồn ai bằng tiếng thở khan

Phải rất trắng
Như lòng ta, thanh khiết
Vẽ như điên
những ai oán muôn trùng
Vẽ như điên
tiếng khóc ta rất nhỏ
Bằng chút màu như của
đất chôn.

1999

CÒN TRÊN GHẾ MỤC

"... Ta, là lữ khách
Hờn thân thế.
Lòng nặng u hoài
Giữa tịch liêu..."
[Viễn Châu]

Tôi nhớ rõ ràng như chỉ mới hôm qua. Những năm còn bé nhỏ ở tuổi 12, có một chiều, tôi ôm con gà đứng khóc tỉ tê, khóc sướt mướt, dai dẳng trước căn lều của người hàng xóm.

Đã qua không biết bao nhiêu thăng trầm, trôi nổi của những tháng năm dài... Vậy mà sự rúng động trong trái tim bé nhỏ của tôi vẫn y nguyên, vẫn còn như rất mới.

Trong một lần theo Ngoại về vùng quê vui Tết. Một sáng mờ sương, vẫn còn ngái ngủ, tôi dụi mắt ngồi nhìn đàn gà nhỏ ríu rít theo Mẹ tìm mồi. Tiếng gọi khàn đục nhưng chắt chiu lo lắng của Gà, gọi đàn con bé dại đang chạy luýnh quýnh, lúp xúp. Tôi nhìn thấy là lạ, hay hay.

Thêm chút âm thanh mỏng như tơ của mấy chú Gà nhỏ óng ánh vàng, làm tôi say sưa, ngẩn ngơ nhìn với những yêu thương lạ lùng.

Suốt mấy ngày Tết tôi quanh quẩn, đi theo đàn gà nhiều hơn những thú vui khác với bà con Nội Ngoại.

Trở lại Sàigòn, tôi vòi vĩnh xin Ba Mẹ cho… nuôi gà. Cả nhà nhìn tôi cười như nhìn một con bé kỳ khôi, suốt ngày cứ lằng nhằng đòi toàn những điều vớ vẩn. Nhưng tôi cương quyết, tôi làm nư, và tôi ăn vạ…

Dỗ dành rồi hăm he mãi không xong. Mẹ tôi chịu thua, hứa sẽ cho nuôi gà nếu tôi thi đậu vô Trưng Vương, trong mùa tuyển thi sắp tới.

Chuyện đèn sách của tôi, bỗng dưng chẳng có mục đích gì xa vời như chuyện lên cung trăng, hay tưởng còn phải khó khăn hơn thế. Đơn giản lại chỉ là mấy con gà… Vậy mà tôi đã chăm chỉ hơn, lo lắng hơn và có đêm còn lâm râm, thì thầm với rất nhiều lời cầu nguyện.

Sau ngày thi, tôi về cộng trừ nhân chia ra hết điểm của những bài đã nộp. Rồi đoán quàng đoán xiên, tên tôi thế nào cũng phải nằm trong danh sách được tuyển chọn.

Tôi mơ màng trong đêm, giấc ngủ vang vọng có tiếng gà chiêm chiếp với những bước chân ríu rít loằng quằng. Tôi xếp đặt trong đầu chỗ nào để gà không bị lạnh, chỗ nào để tôi ngồi học bài mà vẫn nhìn thấy gà lẫm đẫm, lao xao...

Ngày coi kết quả, dù dò đi dò lại đến mấy lần, vẫn không thấy tên mình trên những tờ niêm yết dễ ghét của Trưng Vương. Tôi vùng vằng bước ra khỏi cổng trường. Những bước chân hụt hẫng tôi đi, như xa lìa, như cách biệt khỏi chiếc lồng gà mơ ước.

Tôi khóc ròng trên đường về nhà.

Tôi không phí hoài những giọt nước mắt khóc cho chữ nghĩa, cũng chẳng cần khóc làm gì cho sự xa vời của tương lai... Tôi khóc, chỉ vì sẽ không được nghe tiếng kêu chiêm chiếp của những chú gà con dễ thương, bé bỏng.

Khi Ba Mẹ hiểu ra tôi nhớ đàn gà đến thẫn thờ. Biết tánh tôi bướng bỉnh, đã thích gì thì thích cho bằng được, và chỉ có chết, chắc tôi mới chịu đầu hàng, để không còn mè nheo, khóc lóc...

Một chiều tan học, Sài gòn mưa rất lớn với sấm sét đầy trời. Không biết linh cảm điều gì, tôi đã không tìm chỗ trú mưa. Sốt ruột, tôi đạp xe băng qua những làn mưa rơi tầm tã, dù môi tôi lập cập lạnh, và tay run làm chiếc xe lảo đảo. Chẳng biết có gì như thúc hối tôi, phải vội vàng.

Run rẩy đặt xe trước sân nhà. Sách vở ướt, áo ướt và tóc ướt, tôi được Mẹ cho coi Gà cùng với 4 đứa con nhỏ.

Nước từ tóc tôi nhỏ giọt, rơi ướt hết trên lưng đẹp mượt mà của những con gà cũng đang lóng cóng, lạnh căm.

***

"... Ta biết về đâu, biết ở đâu...
... Lạnh hồn ta,
Theo.
Ngọn gió đông tàn..."
[Viễn Châu]

Những chiều cuối tuần nghỉ học, tôi quấn quít với Ông bên cây đàn mà Ông gọi là "Đàn Kìm". Tôi không thích âm thanh "kìm" chút nào, dù nó đã được đặt tự muôn đời cho tên của một tiếng đàn líu lo, nhưng nghe đầy sầu não, âm u. Tôi đổi là "Trăng". Bởi thấy thân đàn tròn như một bóng trăng (Nguyệt cầm).

Ông dựng căn lều nhỏ xiêu vẹo, ngay phía sau Nhà Nguyện trong xóm. Vị Linh Mục đã bao lần muốn dỡ lều, vì nó làm mất đi vẻ thẩm mỹ và trang trọng của một nơi cung kính. Nhưng Giáo Dân thương Ông, năn nỉ… Và Ông nương náu một mình nơi đây, như thế.

Tôi, nhỏ xíu. Thích ngồi nghe Ông đàn và ca vọng cổ. Ông và tôi hay ngồi trên một chiếc ghế dài đã mục, rão rệu lung lay như sắp gẫy, trước hiên lều.

Răng Ông rụng gần hết nên phát âm không bao giờ tròn chữ, nhưng Ông ca với một giọng chân phương, ngân nga đầy truyền cảm, những câu vọng cổ hay vô cùng của Nghệ sĩ Viễn Châu.

Và, tất cả chỉ bởi tiếng đàn…

Chính âm thanh não nùng của tiếng đàn, đã làm tuổi nhỏ tôi sa vào những mang mang buồn bã, mà tôi không hiểu phải gọi là gì?

Có lần, khi tôi sắp phải khóc vì tiếng đàn rầu rĩ, thê lương. Ngước đôi mắt ngây thơ tôi hỏi: "Có khi nào Ông tính ca cho Bé nghe, những lời vui vui hơn chút xíu không?" Ông chỉ cười, môi cười móm mém. Tôi chẳng hiểu ý nghĩa gì, qua nụ cười bí mật của Ông.

"... Đi về đâu?
Khi sương lan...
"... Đi về đâu?
Khi trăng tan..."
[Viễn Châu]

Ông không có gì để giải sầu. Bên cạnh những câu vọng cổ u hoài, chỉ là chai đế trắng, rót trong vài chiếc ly quên rửa, và những… trái cóc.

***

Công việc "chăn nuôi" của tôi chỉ là ngồi nâng niu, vuốt ve những chú gà bé nhỏ, phần cho ăn, và dọn dẹp thì Anh tôi phải chịu trách nhiệm.

Không biết vụng về ra sao mà mấy gà nhỏ lần lượt chết hết. Trong một sáng chủ nhật, anh tôi hăm dọa, không còn muốn bận rộn vì Gà của tôi nữa. Anh muốn… Mẹ nấu món cà ri.

Ngay lập tức tôi dỗi, bỏ cơm trưa, không cơm chiều. Sợ hãi, đêm đó tôi còn muốn mang gà vô mùng ngủ chung, như một sự cương quyết bảo vệ. Nhưng Mẹ tôi nhất định không cho.

Tôi thương Gà, nhưng chợt có một hôm, tôi nghĩ đến chuyện mang Gà tặng Ông.

Lời hăm dọa của Anh tôi, phần nào đã đưa tôi đến quyết định đau lòng này.

Con Gà của tôi, thà nằm trên mâm cơm hiu hắt của Ông. Ít nhất, nó sẽ thay cho những trái cóc tội nghiệp, để sẽ là một bữa ăn thịnh soạn hiếm hoi. Chứ không thể nào được đặt trên bàn ăn nhà, trong sự thích thú, đắc thắng vì từ nay sẽ được nhàn nhã, của Anh tôi.

Suốt cả tháng, tôi cứ nấn ná, tiếc xót và đắn đo. Tuần nào, sau khi ngồi nghe Ông đàn, và ca những câu vọng cổ buồn ê buồn ẩm xong, trên đường về, tôi đều bùi ngùi hẹn sẽ mang Gà tặng Ông, ngày mai.

Ngày mai, rồi ngày mai… Sự chia xa với Gà sao mà khó khăn, đầy quyến luyến?

***

Tôi ôm Gà trong cảm giác xót xa của một lần ly biệt. Nhưng nhớ tới mấy trái cóc, những mồi nhắm đáng thương của Ông, lòng tôi dạt dào chút niềm an ủi.

Tôi đang mang đến tặng Ông món quà đặc biệt nhất, món quà mà phải qua bao nhiêu là tranh đấu khó khăn, và đã trả giá bằng mọi thứ mặc cả với Mẹ, tôi mới có được.

Đứng trước lều Ông, hôm nay còn có lao xao vài ba thiên hạ. Loáng thoáng tôi nghe nho nhỏ lời ai nói… Ông đã ra đi đêm qua. Một mình.

Tôi sợ hãi, quay bước như muốn vùng chạy, trốn xa khỏi căn lều. Căn lều vẫn có Ông, nhưng chỉ qua một đêm, sao chợt đã rất im lìm, lạnh lẽo. Và, đã rất khác.

Tay ôm Gà mà toàn thân run rẩy. Tôi òa khóc.

Tôi khóc cho tiếng đàn lan man buồn thảm. Khóc cho giọng ca móm mém, đã hát ra trăm lời ai oán. Khóc vì rồi đây, Ông sẽ chẳng còn có bao giờ ngồi với tôi, đàn ra những khúc bi ai, trên chiếc ghế nghèo nàn, rục rã.

Chiếc ghế mục, tượng trưng cho một cuộc sống tả tơi, âm thầm, và cô quạnh.

Tiện thể, tôi rên rỉ luôn cho sự trễ tràng. Tôi ghét mình đã cứ ráng nấn níu, tiếc nuối món quà mà mãi cho đến hôm nay, tôi vẫn còn đang ôm khư khư nó trong tay…

Chợt ai đó trong Nhà Nguyện bước ra, tay khơi khơi, vung vẩy cây đàn.

Cây đàn, như có một sức hút huyền bí. Tôi vừa khóc, vừa năn nỉ xin đổi lấy con gà yêu dấu. Chẳng thắc mắc, Chú trao "Trăng" cho tôi.

Tay không còn ôm Gà, tôi ôm đàn trong đôi tay lạnh giá và khóc như mưa.

Tôi đi lang thang, tôi đi quanh co, và lạc lối… Tôi cứ lơ mơ bước, như đang đi trong một giấc mộng hãi hùng.

Mụ mẫm, tôi đã chẳng còn nhớ ra, đâu mới là nhà.

Chập chờn, trong những bước chân vấp váp của tôi, là lời ca vừa mới hôm qua của Ông.

"... có một ánh đèn
Thấp thoáng trong sương
Ai đi đâu.
Trong đêm vắng,
Canh tàn..."
[Viễn Châu]

Tiếng đàn cùng lời ca, đã làm trái tim bé bỏng của tôi vút bay.

Tôi bay mông lung, tôi bay mịt mù xa tắp… Rồi ngã sấp xuống những nỗi buồn dễ sợ.

TIẾNG HÁT TẠ ƠN

"... Nhắc cho ai
Biết cuối đời
Có một người. Yêu không nguôi..."
[Rezső Seress]

Dù xa xôi cách trở đến đâu, điều ước mơ duy nhất là mong gặp lại Chị. Tôi biết, ở một góc trời nào đó, Chị cũng thường nhớ và ao ước như tôi. Đời sống, chợt có những ra đi biền biệt không ngờ, như một tiếng hát vút bay, rồi mất tăm trong gió.

Tuổi nhỏ tôi quấn quýt, líu lo bên nhà Chị nhiều hơn với Mẹ. Chị giải giùm tôi những bài toán khó, sửa lại những câu văn ngớ ngẩn và còn giúp tôi nhớ tên nhiều nhân vật trong những bài sử dài lê thê…

Giọng nói Chị vừa dìu dặt, vừa ấm áp. Đặc biệt Chị hát rất hay, khi hát cổ Chị ngước cao với mắt nhìn chìm đắm. Chị đẹp, nhan sắc óng ánh của một loài chim quý, Chị học Văn Khoa khi tôi còn lẽo đẽo lớp tám.

Tôi nhỏ xíu trong lứa tuổi nhõng nhẽo dễ thương, Chị bao dung cười khi tôi lằng nhằng vòi vĩnh…

Nhân vật Chị yêu thương tài hoa, đẹp, và bạt mạng. Tôi thích Anh, một phong cách giang hồ mỗi lần ngồi với guitar, đàn theo tiếng Chị hát. Khán giả duy nhất là tôi, rưng rưng bên dòng nhạc mơ màng. Những giấc mộng của tôi như đã mơ hồ với xa cùng tiếng hát mênh mang, vời vợi… Tôi hát theo và nhận ra giọng mình cũng ngân vang, thanh thoát.

Không hát về Chú Cuội, Hằng Nga. Tôi mê nhạc Phạm Duy với những lời ngọt ngào, xa vắng. Đôi khi Anh cũng nương tiếng đàn bên giọng hát non nớt, bé bỏng của tôi và Chị thường khen như một lời khuyến khích.

Lên tới lớp mười, Ba Mẹ bắt tôi ở nhà học với một cô giáo dạy kèm, thay vì tìm cớ sang nhà Chị, lo đàn hát và ríu rít vui chơi nhiều hơn bài vở.

Chúng tôi chỉ còn gặp nhau mỗi ngày cuối tuần và đặc biệt, tôi rất ít được gặp Anh, bởi Anh không tới nhà Chị những ngày Chủ nhật.

***

Khi thấy Anh đứng trước cổng trường, tôi vui mừng chạy tới, cứ như mình chờ đợi đã từ rất lâu.

Anh nói muốn đưa tôi về. Chẳng thắc mắc, tôi vén vạt áo dài ngồi nghiêng trên Vespa và véo von cười nói… Lạ lùng, chúng tôi không hề nhắc tên Chị.

Lần thứ hai, rồi thứ ba và những lần sau nữa…

Anh chờ tôi trước cổng trường đã thường xuyên mỗi ngày. Tạo cho tôi một thói quen, ngồi học mà chỉ mong cho thời gian mau hết, mong giờ nghe tiếng chuông tan. Tôi bắt đầu điệu đà, xoa lên môi chút son nhạt, để khi gặp Anh, mắt tôi cùng môi hồng cười vui, lúng liếng.

Những ngày mưa, trong lớp học nhìn ra sân trường, gió thổi bay bay ngàn lá rụng. Tôi cầu mưa ngưng rơi, hay chỉ còn chút mưa nho nhỏ, để tôi sẽ úp mặt mình sát vào lưng Anh, trốn ướt...

Rất khó định nghĩa về tình cảm của Anh và tôi là gì? Lập luận như một sự bao che cho cả hai, tôi nghĩ Anh xem tôi như một cô em bé nhỏ.

Thiên hạ bắt đầu những xúc cảm bằng mắt, qua dáng vẻ hấp dẫn, đẹp bên ngoài. Có khi rung động bởi thính giác, để xao xuyến, nhớ hoài một giọng nói êm đềm, trìu mến…

Với tôi, là những mùi hương.

Tôi đã chợt nhớ thiết tha chút mồ hôi trên áo Anh nồng nồng, mằn mặn. Khi chiếc xe lao đi, chợt ngưng lại gấp gáp, mũi tôi chúi vào lưng áo Anh... Là khi tôi bàng hoàng, nhận biết điều mê đắm.

Tôi tránh gặp Chị mỗi cuối tuần bởi mặc cảm nói dối. Dù tôi chẳng làm gì sai trái, chỉ thích được ngồi sau lưng Anh, thở với hương thơm từ lưng áo âm ẩm ướt, ngai ngái chút mê man như có ẩn chứa nhiều điều bí mật… Khứu giác, một tín hiệu chân thực, tín hiệu không cần tiếng nói, tín hiệu tuyệt vời, dù lặng câm.

Anh nói với tôi đã chẳng còn gặp Chị. Không vớ vẩn hỏi tại sao, nhưng lờ mờ tôi đoán thủ phạm phải chính là mình. Thoáng chút ân hận, biết Chị đang mong chờ Anh trong khổ đau, buồn bã. Tôi nghĩ sẽ tránh mặt, tự hứa không bao giờ gặp lại Anh nữa.

Nhưng tôi cứ quấn quýt theo gió sau lưng áo Anh, cùng với hương nồng quen thuộc. Tôi đã áp sát tóc trên áo, để đêm về mê muội, hít hà trên tóc chút thơm tho còn vương vất…

Hôm Chị sang nhà thăm Ba Mẹ. Tôi ngờ ngợ chút xấu hổ, nhưng vẫn vờ líu lo… Chị hẹn gặp tôi chiều mai, trong buổi họp bạn ngày Chị mãn khóa.

Với chiếc áo đầm đẹp, vàng óng ả. Tôi rực rỡ, yêu kiều nhất giữa rất đông bạn bè của Chị.

Anh không đến. Tôi vui ngấm ngầm, điều mà sau này tôi ân hận, vì hiểu ra mình là con bé vừa đành hanh, vừa độc ác.

Có ai đó đàn theo tiếng hát Chị, tiếng hát vút cao chan hòa với chút nắng bên ngoài.

Chới với, tôi nhận ra mình đang nhớ tiếng đàn cũ.

Anh không có đây, nhưng tưởng như Anh ngồi đó cùng Chị và tôi, với tiếng đàn óng ánh và ngạt ngào như tiếng hát…

Chỉ mấy tuần thôi, Chị và tôi đã không ngồi với nhau, từ khi Anh đưa đón tôi trước cổng trường. Mới đó, mà sao tôi đã nhìn chị như lạ lẫm, dửng dưng?

Chị thông minh, nhạy bén. Không nói ra, nhưng tôi hiểu Chị biết hết vì sao Anh đã chẳng còn đến chơi nhà…

***

Mùa hè, mùa của líu lo không đèn sách. Nhưng mùa hè đã lê thê dài của tôi năm đó. Là mùa của đợi chờ, bởi nhận ra mình đã chớm biết nhớ nhung… Mùa hè, Anh không còn dịp đón tôi trước cổng trường.

Tôi loanh quanh đếm ngày, đếm tháng. Chín mươi ngày, sao mà dài như chín mươi năm.

Một chiều mưa rơi rắc, nỗi nhớ Anh thiết tha đã dẫn đưa tôi tới Chị. Tôi muốn nhìn ra, muốn tìm thấy bóng Anh, vẫn chìm khuất đâu đó trong phòng học nhỏ quen thuộc.

Cây guitar như buồn rầu, khô héo bên góc tủ sách. Nó nhớ vòng tay Anh, nhớ tiếng hát Chị ngân nga trác tuyệt, và nhớ cả lời hát tôi ngây thơ, vụng dại.

Chúng tôi không nhắc gì về những ngày tháng cũ. Những kỷ niệm mới đó, không lâu nhưng sao như đã trôi xa, đã mất tăm cùng với mùa hè chờ đợi của tôi. Và cùng những âu sầu của Chị.

Chợt Chị cất cao tiếng hát, nghe vời vợi đắng cay và âm ỉ như tiếng mưa rơi trên những khóm hoa rũ rượi ướt, trước hiên nhà.

> *"… Chủ nhật nào ta im hơi*
> *Vì đợi chờ không nguôi ngoai*
> *Bước chân người nhớ thương*
> *Đến, khi đã rất muộn*
> *Trước quan tài, mờ khói hương…"*

[Rezső Seress "Sombre Dimanche"; PhạmDuy]

Bồi hồi, tôi lăn sà trong lòng Chị như những năm còn học lớp tám.

Chị hát mà nước mắt đầm đìa rơi trên tóc tôi. Tay Chị hiền hòa đan trong mái tóc tôi dài, ướt và rối rắm.

Tôi cũng khóc, khóc như nhớ thương ai, và khóc với những nghẹn ngào, cùng muôn vàn ăn năn, xa xót...

Qua tiếng hát Chị, tôi hiểu ra rằng, không phải chỉ vì mùa hè mà chính vì lòng tôi đã chợt thoát theo cùng tiếng hát nhân ái, và cùng với giọt nước mắt Chị bao dung.

Rồi tôi sẽ phải chôn giấu hết những nhớ nhung, chìm đắm.

Chút mùi hương mà tôi đã mê muội, mơ màng, sẽ phải lặng bay theo mùa hè, phải biến mất tăm cùng với gió…

Nằm trong lòng Chị, ấm ức khóc vùi cùng tiếng hát. Tôi quyết định sẽ xin Ba Mẹ đổi trường cho mùa học tới.

***

"... Chủ nhật nào ta im hơi
Vì đợi chờ không nguôi ngoai..."

Cuối cùng, Chị lập gia đình. Tôi theo chồng.

Chúng tôi, đã chẳng ai "im hơi". Chẳng ai đã dại dột "tắt thở", chỉ vì chút nhớ mong, trông đợi...

***

Rất nhiều năm, từ khi rời bỏ quê hương đến sống tại California. Chưa bao giờ tôi bỏ sót, không tổ chức cùng gia đình ngày đặc biệt: Thanksgiving. Với tôi đó là dịp để bày tỏ chút ân tình, lòng cảm tạ với những ân sủng, đã được ban phát cho bởi đất trời, và lòng tử tế của muôn phương...

Giữa gia đình trong một Party rất trang trọng của lễ Tạ Ơn, bạn bè đã lắng nghe tiếng hát tôi, hát như để nhớ tới, để TRI ÂN một quá khứ...

Ở nơi nào xa xăm, Chị có nghe tôi hát đêm nay? Trong một Thanksgiving với ngàn ánh nến lung linh, và đầm ấm.

Tiếng hát tôi mong manh gửi theo gió những lời xưa, cùng với niềm ăn năn của thời bé thơ, vụng dại.

Khi cất cao tiếng hát, tôi ngậm ngùi nhớ tiếng hát Chị. Tiếng hát dạt dào lòng nhân ái...

Nước mắt ngày xưa. Giọt nước mắt từ bi, ướt đẫm trên tóc tôi, hòa với lời nhạc buồn tê tái. "Sombre Dimanche", sẽ chẳng bao giờ tôi có thể quên.

Cho dù tất cả đã trôi xuôi, đã mất tăm cùng với những mưa, những nắng của đời...

"... Ta muốn tìm mau
Tới cõi nào, nương náu
Cho ta thành mơ,
Sống yên trong lời thơ
Vắng tanh,
Như đời gió..."
[Chopin-Tristesse; PhạmDuy]

Poker

Ta?
... Tố.
Ta tố hết:
Đời.
Canh bạc cuối
Người dám?
Cùng ta chấp cuộc chơi.
Hay thôi, ngồi lại
Ta cùng uống
Bàn chuyện nhân gian
Vá đất trời
Nói về trăng tan và,
tuyết nguyệt
Một chút hoàng hôn
Chút mưa bay
Chỉ xin
Đừng nhắc thêm gì nữa
Chuyện ta yêu người?
Hay yêu ai.

PHẤN THÔNG VÀNG
VÀ NGÔI NHÀ NGÓI ĐỎ

Không hiểu cô bạn tôi chen lấn cách nào, vượt qua hết những họ hàng thân thuộc và rất đông bạn bè, những vị đang thứ tự xếp hàng nói lời từ giã với Anh. Nghiêu Đề nằm im trong lạnh lẽo, âm u, Anh có nghe được những thì thào, nguyện cầu và cả lời nhắn gửi?

Nhưng tôi, tôi nghe được tiếng cô bạn nhắc nhở, gay gắt: "Khóc đi, sáng giờ sao chưa thấy khóc!"

Té ra quanh đây vẫn đang có những "thám tử tình yêu". Nghe lời bạn hối hả, tôi rờ lên đôi má. Mắt tôi khô và lòng tôi tím tái. Nước mắt, một nhân chứng của những thiếu phụ phải gào thét, phải rên siết, kể lể lê thê. Nước mắt, để cho ai cũng thấy yên tâm rằng: Góa phụ này rồi sẽ về nhà ngồi im đó, mỗi sáng và mỗi chiều tỉ tê khóc chồng, trưng bày ra cùng thế gian một tấm lòng thủy chung và mãi mãi...

Ai nói rằng nếu đó là người nhà, chúng ta sẽ không khiếp sợ? Tôi đã không được như thế, tôi sợ mùi hương khói, tiếng kinh mõ rên rỉ, và ngay cả những lẵng hoa màu sắc rực rỡ chung quanh...

Để hết những ân cần chào hỏi và cám ơn khách thăm viếng cho chị Trâm Anh, cô em dâu là tôi đã được anh chị cho phép ra ngồi bên con suối nhỏ cạnh nhà quàn. Một mình tôi rục rã ngồi nghe tiếng nước véo von, cứ như có ai đó đang hát ra những lời nỉ non, ai oán.

Bốn mươi hai tuổi, tôi sẽ một mình, sẽ loay hoay làm sao và làm gì cho hết những tháng ngày còn lại?

***

Thời thiếu nữ, ngoại trừ những giờ ở trường lớp, suốt ngày tôi quanh quẩn với ông anh, người có cái bàn học nhỏ hơn rất nhiều so với cái tủ đầy những sách được dịch ra từ nhiều thứ tiếng. Bắt chước rồi say mê lúc nào không hay, tôi đọc hết cả trăm cuốn sách ấy và... đọc đi đọc lại, càng đọc càng thấy mình tăm tối, u mê, và nhất là đã chẳng hiểu được chút gì.

Những điều được thế giới cho là minh triết đó, những Krishnamurti, Kafka, hay Henry Miller... Bây giờ nghĩ lại, tôi thấy tuổi thơ của mình đã bị khủng bố! Bởi thay vì mơ mộng rong chơi, tôi đã dại dột ngồi ôm mấy quyển sách đến nỗi điên hết cả cái đầu.

Khi anh tôi rủ đi café với cô bạn gái của anh, tôi điệu đà tìm chiếc áo dài lụa trắng ngà, len lén thoa chút má hồng và son môi. Tóc tôi đã đẹp sẵn, mượt mà ngang vai, tôi lúng liếng ngắm mình trong chiếc gương nhỏ rồi tự khen mình duyên dáng...

Phấn Thông Vàng, quán café thơ mộng nằm ngay ngã tư Nguyễn Thông và Hiền Vương, nhìn cách trang trí bên ngoài với những dây lá xanh mát leo thẳng tắp trên mặt tường bằng gỗ nâu, tôi nghĩ chủ quán chắc phải là người đặc biệt. Chúng tôi bước lên mươi bậc thang gỗ, quán không có cửa nên cảm giác thênh thang, mát mẻ.

Nhạc Phạm Duy đã làm tôi muốn ở lại luôn dù đã sắp nửa đêm. Tôi ngồi uống giọt coca cuối cùng, đợi anh đưa cô bạn ra taxi về trước.

Chợt có một người lạ, sau câu chào hỏi, ông đưa tôi tấm thiệp, nói rất vắn tắt: "Mời cô, ráng tới nhé". Cùng lúc đó anh tôi trở lại và chúng tôi ra về.

***

Phòng tranh cho những buổi triển lãm của Hội Họa Sĩ Trẻ Việt Nam luôn tổ chức tại Alliance Française nằm trên đường Gia Long, Sàigòn.

Điệu đà với chút má hồng, son môi, tóc ngang vai và áo dài trắng đẹp thướt tha. Tôi ôm quyển thánh kinh, trốn lễ nhà thờ, tới tham dự như thiệp mời của anh Nghiêu Đề hôm gặp ở Phấn Thông Vàng.

Hôm đó tôi quanh quẩn với tranh của một Velázquez, một Rembrandt Việt Nam, anh Đỗ Quang Em, Họa Sĩ có bức "Tăng" vẽ nhà văn Nguyễn Hữu Hiệu, anh vẽ theo lối cổ điển rất đẹp.

Trong bộ sách *Baroque, Renaissance Art* rất quý của Khai Trí order từ Pháp về Sàigòn, tôi mê những bức tượng với bố cục đẹp vô cùng của Bernini và đặc biệt là tranh của Caravaggio, ông vẽ hiện thực qua cách vẽ như chém, vẽ như một tử hình tàn bạo…

Nghiêu Đề, một họa sĩ nghèo nhất thế giới. Vậy mà tôi đã quyết liệt gắn bó cùng anh, bất chấp hết chuyện Ba Mẹ dọa đuổi đi hay đăng báo từ bỏ. Tôi say mê với những câu chuyện anh nói cùng bè bạn. Những "minh triết thâm u" trong những sách mà tôi đã đọc thời thiếu nữ, nhưng chẳng hiểu gì, đã được anh nói ra, bàn tới... Cách nói chuyện khơi khơi của anh không bao giờ thấy có bất cứ vấn đề gì quan trọng, cho dù trái đất này có sắp biến mất ngày mai. Anh lý luận sắc bén mọi thứ rất ý nhị, khôi hài và dí dỏm. Điểm thêm một chút đắng cay rất thâm thúy về những phù phiếm, những bèo bọt của cuộc đời.

Không phải chỉ riêng tôi, tất cả bạn bè của anh đã cùng cười tung cười toé khi ngồi nghe anh rì rà bàn chuyện trên trời, dưới đất. Những chuyện thường tình của nhân gian hay mênh mang, xa vời, chìm khuất tận những đâu đâu.

Những lần hò hẹn, phở chỉ một tô, nước mía lề đường có mỗi một ly. Tôi ngồi ăn hồn nhiên, uống y chang một cô bé đã khát nước chắc đâu từ tháng trước.

Dễ thương nhất là có một chiều, chúng tôi và Trần Tuấn Kiệt ngồi ở La Pagode, anh Trần Tuấn Kiệt màu mè hỏi nếu tôi muốn uống thêm một ly sữa tươi thứ hai? Thích sữa, tôi ngây thơ "Dạ". Đến lúc tôi hối anh Nghiêu Đề cho về, vì giờ hẹn hò của tôi phải chấm dứt khi Thánh Lễ hết và nhà thờ sắp đóng cửa. Anh chần chừ lần khân, tôi không hiểu. Mãi sau này anh mới khai, chỉ vì cái ly thứ nhì tôi uống thêm mà anh phải ngồi đồng trong hồi hộp, chờ Trần Tuấn Kiệt đi mượn chút tiền từ một "văn

nghệ sĩ" nào đó, lảng vảng quanh nhà sách Xuân Thu...
Và "nạn nhân" hôm đó là Ngọc Thứ Lang, một dịch giả
đang giàu có với tác phẩm *Bố Già.*

Những ngày sau tang lễ, điều tôi nhớ như điên là cái
mùi nồng nồng ngai ngái của sơn dầu. Tôi mang tranh
Nghiêu Đề đang vẽ dở dang trước ngày anh đau ốm ra
tính vẽ tiếp.

Sơn dầu, hương từ những bức tranh của Nghiêu Đề,
chắc sẽ hoài là nỗi ám ảnh cho đến ngày tôi tắt thở.

Vương vấn với những hương xưa, ngày cũ, tôi ghi
danh học một khóa hội họa.

Nhưng tranh tôi vẽ đã chẳng bức nào ra với bức
nào, chán nản tôi xếp sơn cọ và những canvas quăng hết
xuống garage.

Cuối cùng, tôi phải vẽ tranh trong thơ.

Đỏ,
Rất đỏ
Ta tung màu lên tóc
Và, xám xanh
Lấp đầy hai con mắt
Ta.
vẽ ai đây?
Giữa đêm tàn
Thắp sáng trong tranh
Trăm ngọn nến
Réo hồn ai bằng tiếng thở khan
Phải rất trắng, như lòng ta thanh khiết

Vẽ như điên
những ai oán muôn trùng
Vẽ như điên
tiếng khóc ta, rất nhỏ
Bằng chút màu như của
đất chôn.
(1999)

Bài thơ đã được Nhạc sĩ Trần Duy Đức phổ nhạc sau đó.

"Duyên", thiên hạ thích bàn tới. Tôi cũng chẳng dè dặt gì để không nói về cái mẫu chữ thường tình, nhưng đầy rắc rối này. Trong một họp mặt bạn bè, anh Lê Tất Điều khuyên bảo, dặn dò: "Duyên! Thì cô phải rời khỏi nhà, chứ cứ ngồi mãi ở cái đất San Diego này thì biết bao giờ cô mới thấy "nó".

Và thưa anh Lê Tất Điều, tôi đã bỏ luôn cái tiểu bang California để đi khá xa và đi rất xa...

Kinh nghiệm để khỏi phải khóc lóc, tiễn đưa người bạn đời thêm một lần nữa… Nên Anh chỉ cùng trang lứa tuổi tôi, nhưng vẫn lo xa để còn trừ hao, nên Anh trẻ hơn tôi chút xíu. Tài hoa, và lịch lãm.

Chúng tôi đã có với nhau mười bảy năm thơ mộng và đẹp tuyệt vời. Sống trên một ngọn đồi có ngôi nhà ngói đỏ với kiến trúc European.

Căn nhà mà anh dùng scaffold vẽ mural trên một dome cao 25'. Anh vẽ ngàn chiếc lá vàng rơi rụng của mùa thu, long lanh phản chiếu cùng với màu sắc óng ánh của những khung cửa Stained glass, ánh lên muôn màu rực rỡ, yêu kiều với nắng chiều.

Thêm cái thác trước nhà rạt rào nước đổ, nơi chúng tôi ngồi với café mỗi sáng, rượu đỏ mỗi chiều. Líu lo cười nói, cùng với gió lộng thổi bay hết những lá vàng lao xao trước hiên nhà…

Có lần tôi đọc ở đâu đó rằng: "kết thúc cho một hạnh phúc sắp tàn, hay nhất là cái chết của một trong hai".

Sau mười bảy năm, tôi và anh đã chẳng có ai chết, cũng không ai dại dột tắt thở. Mà chỉ là sự ra đi của tôi.

Ra đi, đã là những ngày tháng dài lê thê, buồn bã và đau lòng cho cả hai. Nhưng kỷ niệm còn lại phải là những ấn tích, đẹp muôn đời, và đẹp mãi mãi…

Căn nhà xưa, đôi khi vẫn còn vật vờ trong tôi, với những ánh lửa thắm đỏ trong lò sưởi. Chút ấm áp với hương thơm của khói, mà chúng tôi đã bao năm ngồi cùng nhau hít thở những mặn nồng...

***

Trong những email qua lại từ muôn phương, tình cờ tôi tìm lại được cô bạn thời trung học đang sống tại Pháp. Đặng Mai Lan mơ mộng hơn tôi nên theo nghiệp văn chương, quyết sống và chết cùng chữ nghĩa.

Chúng tôi hẹn sẽ gặp nhau ở Paris, ghé Berlin, Budapest rồi tung tăng ở Warsaw... Nhưng tất cả toan tính đã bị Mr. Tập Cận Bình và Virus phá đám.

Cho dù có bị phá đám cách nào thì cuối cùng chắc tôi cũng phải tới nơi đã hẹn với bạn. Đây cũng lại là một chuyến đi xa.

Trong chuyến đi sắp tới, sẽ không phải là những gặp gỡ, những nhân những duyên như của mười chín năm trước.

Người duy nhất mà tôi sẽ gặp, trong những hồn ma bóng quế và khói hương nghi ngút của lịch sử nước Pháp, chắc chỉ còn là Monsieur Charles De Gaulle!

Bố cáo thất tung

Cắm cổ
Ta chạy bừa phía trước
Đêm trắng toát
Đêm,
trắng toát
Có tiếng nói nào trên trời kia
Dẫn dắt ta về nơi
... không biết

Ta ra đi
Bàn chân u mê
Thôi,
Chắc không tìm đường trở lại
Những gì chờ
Ở nơi sắp tới
Bếp ấm?
Hay tro tàn
Một ngày?
Hay trăm năm
Ta thật
không biết.

Nếu chẳng thấy ta thành phố này
Cũng đừng
gắng tìm ở nơi khác
Thôi,
Hãy đăng
"Bố cáo thất tung"
Cứ nghĩ như ta vừa
Mất tích.

ĐÀN VỚI TRĂNG ĐÊM

** Nói với Chương*

Mùa trăng, với chúng tôi chỉ có một ngày duy nhất. Đúng rằm, phải đúng ngày 15.

Nghe cứ như ngày của cúng bái khói hương, với hoa trái cùng tiếng chuông chùa trong những chiều lao xao, đình đám...

Có tiếng vỹ cầm cũng như một hồi chuông, đã ngân vang cùng chúng tôi mỗi đêm rằm trăng sáng.

Em, người bạn của gia đình, mà lần đầu tiên gặp trong đám đông bè bạn tới chơi nhà, tôi đã ngồi mê man nghe tiếng đàn em, lắng sâu nhưng đầy sôi nổi.

Chỉ duy nhất một lần em lên căn chung cư nhỏ, sau đó em khẩn khoản, và nhất định chỉ đàn cho riêng tôi, với tôi ngay bên bờ sông vắng, mỗi đêm trăng.

Thương em mang bịnh tự kỷ, đã có phần ít hơn so với mê tiếng vỹ cầm, cùng với dáng em thấp thoáng chút giang hồ, bạt mạng.

Tôi đã rất đúng hẹn, ngồi đợi em mỗi tháng một lần trong đêm rằm, bên dòng sông trước căn chung cư nhỏ.

Có những khi em tới sớm, ngồi chờ tôi với khói thuốc mà đứng trên lầu cao nhìn xuống, tôi nghĩ em đang thả khói như một tiếng gọi mong chờ, giục giã. Phảng phất, mà tôi cũng hít hà cái hương thơm quen thuộc, đã theo gió bay quanh tới tận balcony cùng với bóng chiều tà, sắp tối.

Em ít nói, nhiều khi em không nói. Im lặng của em đã được thay bằng một thứ âm thanh khác, dìu dặt, mơ hồ: Massenet, Albinoni...

Ánh mắt em tôi khó nhìn ra những xúc cảm, bởi ánh trăng mờ sáng chỉ đủ thấy nhờ nhờ kiếng trắng em mang, trên gương mặt có chút gì man dại. Và như thế, đêm với tôi và em đã chẳng ai nhìn nhau rõ mặt, đã chỉ như những khoảng bóng tối, rọi sâu xuống dòng nước nhạt nhòa, trôi dạt theo chút bàng bạc của đêm trăng.

Em không xe đạp, không đi xe máy. Em chẳng dùng bất cứ phương tiện nào mỗi lần ghé thăm. Sau hai tiếng đi bộ mệt nhoài, tôi hay xót xa nhìn em ngồi lặng hồi lâu với đầy khói thuốc.

Đặc biệt, violin của em không đựng trong hộp. Nó trần trụi với gió sương, cát bụi. Nó theo em cùng mưa nắng, những cơn nắng như điên, nắng chết người của Sài gòn...

Em thường đặt cây đàn ơ hờ trong lòng mỗi khi chờ tôi yêu cầu thêm khúc nhạc mới. Meditation hay

Adagio... Trăng, và dáng em lồng lộng giữa trời, với tiếng đàn điên đảo, cũng đã nhiều khi làm tôi bồi hồi, chới với.

Nhớ có lần tôi lỗi hẹn, không xuống cùng cây vỹ cầm và em. Tôi với một nhà đầy khách, một buổi vui chơi mà đã không thể nào bỏ ngang, từ chối.

Thoáng trong những lao xao của bè bạn, văng vẳng tôi nghe tiếng đàn bên sông vắng. Tiếng violin nỉ non rồi mất tăm cùng ánh trăng hò hẹn… Em đàn đi đàn lại khúc Nocturne của Chopin, bản tôi đã nghe trong buổi gặp em lần thứ nhất. Xao xuyến, tôi muốn chạy bay xuống, nhưng đã không thể nào.

Đêm đó, thao thức đã bắt tôi phải hình dung ra dáng em buồn bã trên đường trở lại nhà. Em nghĩ gì trong căn bệnh hoang tưởng mịt mù đầy ảo ảnh? Sự khác lạ khi không có tôi bên tiếng nhạc thanh thoát có làm em giận dữ? Sao tôi nghe ra tiếng đàn em tối nay, những note và nhịp bỗng dưng lệch lạc, sai sót... lúng túng, rên rỉ như những lời gọi réo, thở than.

***

Sửa soạn cho một bữa ăn chiều ấm áp. Tôi muốn có thêm Anh, để chúng tôi cùng ngồi quanh với những ly rượu đỏ và tiếng vỹ cầm của người bạn nhỏ. Đã rất ý nhị, Anh muốn để yên chỉ mình tôi với em, bên dòng sông cùng tiếng đàn se sắt.

Có gì như chút lòng trắc ẩn, Anh không muốn chạm tới một cõi rất riêng của em chăng?

Cõi riêng của em mà đã rất chung, cùng tôi với tiếng violin và dòng sông vật vờ trăng sáng…

Cõi riêng, đã giúp em vượt thoát hết buồn phiền ảm đạm, của một đời sống mờ mờ, không sáng mà cũng chẳng hề tối tăm.

Trải trên cỏ xanh là màu rực rỡ của cây trái và óng ánh sắc đỏ của rượu, với chút nắng chiều hắt xuống, tôi nhìn ra như một bức tranh tĩnh vật, lặng lẽ nhưng nhiều xôn xao…

Em đã vui hơn mọi khi, em đã nói nhiều hơn trước.

Em dặn tôi đừng yêu cầu bất cứ khúc nhạc nào đêm nay, bởi em thèm một không gian tĩnh lặng.

Chúng tôi ngồi với trăng mênh mông trên sông và tiếng gió ngạt ngào thơm mùi cỏ dại.

Chợt em nói ra cùng tôi lời tha thiết… Một phản ứng tự nhiên không ngờ, tôi đứng ngay dậy như vừa phạm phải điều tội lỗi, bỏng lửa…

Trong bóng tối mà tôi nhìn ra em đỏ mặt. Em khóc.

Lúng túng tôi ngồi lại bên em, tôi muốn nói lời gì có thể làm em nguôi ngoai, nhưng cổ tôi tắc nghẹn. Ngôn ngữ nhiều khi thật vô nghĩa lại có phần khó khăn, ít nhất là trong lúc này, lúc mà tôi ráng tìm cho ra chữ, trí óc tôi lại trống không, trắng xóa.

Tôi đã nghe tiếng khóc trẻ thơ, mẹ già, thiếu phụ. Đã nghe ra tiếng khóc của chiến tranh, đói rách cùng biết bao khổ đau, trầm luân của đời người... Và ngay cả tôi đã nghe ra tiếng khóc bàng hoàng đầy bi thảm, trước nỗi chết.

Nhưng đã chẳng có tiếng khóc ai oán nào như em khóc cùng tôi đêm nay. Tiếng khóc của người chợt nhận ra mình không còn nơi nương náu. Chợt nhận ra mình tay không.

Nước mắt em nhỏ nhạt nhòa kiếng trắng, như ngấn lệ của tôi rơi, những ngày xưa thơ ấu.

Điều không ngờ nhất nên tôi chẳng có chút phản ứng nào để kịp ngăn cản, rất giận dữ em quăng cây đàn ra xa tắp giữa dòng sông.

Và chao đảo... Em bỏ đi lặng lẽ.

Tôi đứng trong hoảng hốt, nhìn cây đàn như một chiếc lá nhỏ vật vờ trôi.

Tôi bơi rất xa, tôi lạnh. Tôi một mình, đuổi theo tiếng đàn đang chết đuối giữa sông đêm...

Vụng về, tôi đã chẳng nghĩ ra cách nào có thể cứu vãn cây vỹ cầm sũng nước.

Xót xa tôi hơ trên lửa, lửa đỏ làm cong, uốn cây đàn mong manh ướt ra một hình thù rất khác.

Tôi hình dung ra gương mặt em bên góc đàn; méo mó, rục rã như một tác phẩm điêu khắc thời Trung Cổ, xa xưa.

***

Trăng California không khác trăng Sàigòn. Có khác chăng là tiếng vỹ cầm đã không còn đắm đuối cùng tôi bên dòng sông cũ.

Rất nhiều năm, tôi treo cây đàn với hình thể gẫy cong ngay phòng khách, bên cạnh những bức tranh của Anh, như một phẩm vật ẩn chứa chút kỷ niệm u hoài.

Trăng cũng đã nhiều đêm rọi soi trên cây vỹ cầm những reo vui, cùng thảm đạm của bao mùa trăng cũ, và tôi vẫn nghe ra tiếng nhạc thiết tha như một gọi réo êm đềm.

Lần cuối cùng, dọn nhà cho một thay đổi rất mới, tìm theo chút hạnh phúc còn lại giữa đời.

Và, trước khi ra đi.

Vào một đêm rằm trăng sáng, rất dịu dàng tôi thả cây vỹ cầm xuống biển. Tôi đã chẳng vùng vằng, quăng ném cây đàn tội nghiệp ra giữa dòng sông như em.

Thiên hạ thường ra giữa lòng biển để rắc những tàn tro. Tôi đứng trên bờ nhìn cây đàn của em trôi dần xa, như tìm cho nó một nơi chôn cất mới.

Biển không êm ái, lồng lộng với gió đêm.

Dưới ánh trăng mơ hồ, tôi thoáng thấy gương mặt em thảng thốt, vói theo cùng tiếng nhạc như một lời oán trách trăm năm...

* Adagio: Giovanni Albinoni
* Meditation: Massenet

NGHĨ VỚI TRẦN QUANG LỘC

Những đổi thay khốc liệt sau cuộc chiến 75 đã đưa đẩy một nhóm bạn bè chúng tôi gần gũi, siêng năng gặp gỡ nhau hơn những ngày tháng trước đó.

Một ngày của mùa hè 1978, đi với anh Nguyễn Đình Toàn đến nhà chúng tôi ở cư xá Thanh Đa là Trần Quang Lộc trạc tuổi hai mươi tám, ba mươi, với cây guitar trên vai.

Nghiêu Đề và tôi luôn vồn vã, thân thiện rất nhanh với bạn mới gặp, nhất là lại có thêm cây đàn. Ham vui như chúng tôi, sự thân thiện sau đó đã tăng lên gấp bội.

Trần Quang Lộc sáng tác chưa nhiều nhưng nhạc rất đặc biệt, anh hát nhạc mình với chất giọng bàng bạc của miền Trung. Tiếng hát mà Duy Trác thường nói: "Không ai hát nhạc Trần Quang Lộc hay bằng chính Trần Quang Lộc".

"Em ơi cho tôi ngủ đậu
Tôi không có nhà
Tôi đây không quen ngủ vội

Sau 75, Trần Quang Lộc lang thang từ một miền Trung xa xôi vô Sài gòn sống lang bạt không cửa nhà, hộ khẩu... Nhạc đã như vẽ ra một đời sống rất thật của anh. Anh viết ra những cay đắng, những thay đổi cam go, của một quê hương hoàn toàn mất trắng.

Thanh Đa, chúng tôi sống trên một chung cư lầu ba, nơi mà, mỗi sáng nhìn dòng sông với mặt trời soi rọi rất đẹp của bình minh, tôi vẫn cảm nhận ra chút dịu dàng, cho dù đời sống lúc nào cũng như một chảo lửa đốt cháy hết sự sống của cả một quê hương.

Sông Thanh Đa có chiếc ghe của bà Mười đưa khách từ làng báo chí qua lại. Với chiếc ghe nhỏ xíu đó, chị Nguyễn Thị Thụy Vũ và anh Nguyễn Đình Toàn đến chơi Thanh Đa thường hơn. Mỗi lần chị đứng bên kia sông réo gọi, anh Toàn đưa tay vẫy...

Chúng tôi luôn có với nhau những bữa cơm rất tội nghiệp, với một tô canh thôi, và tôi thường phải giải thích với chị Thụy Vũ: "Thấy chị qua em đã thêm nước vô cho nó nhiều". Anh Toàn hỏi thêm trước khi cầm muỗng: "Thêm nước thì hiểu được, nhưng rồi Chiều Giang có nấu lại không?" Vậy đó thôi mà cười tung tóe.

Những đêm trăng, chúng tôi xuống hết chiếc ghe nhỏ với cây guitar của Trần Quang Lộc hát hò tới nửa đêm. Nhạc Nguyễn Đình Toàn được hát bởi Khoa, bạn của Trần Quang Lộc. Duy Trác không bao giờ hát... dưới ghe, nên anh Toàn, Khoa, Lộc và tôi thay nhau hát. Hát say mê dưới trăng sáng mơ màng trên sông, hiu hiu chút gió và tiếng khua nước của ghe chèo...

Bóng trăng có khi bị che khuất bởi những tàn cây ven sông, và bóng tối như đã ôm ấp tiếng hát nghìn trùng của chúng tôi, trải dài những âm vang dặt dìu xuôi theo dòng nước.

Không phải chỉ có đêm trăng, chúng tôi ngồi với nhau bất cứ ngày nào có thể. Sau 1975, chúng tôi đã sống vội sống vàng, sống cứ như ngày mai trái đất này sẽ vỡ đôi, hay sắp sửa biến mất...

Có những đêm Thanh Đa cúp điện, sự tối tăm được lập lòe sáng bởi những đốm thuốc trên môi bằng hữu. Ngồi nghe Trần Quang Lộc hát trong những đêm không đèn đóm, mà tâm can ai cũng như lửa như than. (Đào Trường Phúc cường điệu gọi là "Đêm Lửa").

"Trông dáng em ngồi
Tôi chợt hiểu rằng
Chung quanh ta, còn nhiều khốn khó
Em cũng như tôi
Gắng chờ và ráng đợi
Một ngày thật bình yên
Bước vào thành phố mới..."
[Trần Quang Lộc]

Sau những ngày lang bạt khắp Sàigòn, cuối cùng Trần Quang Lộc đã thuê được một căn nhà sàn. Nơi đây nhiều tuyệt tác của anh đã ra đời, một số cũng được phổ từ thơ của anh A. Khuê.

Khởi sắc hơn, anh được một *fan* hâm mộ, giúp anh có một quán cà phê trong con hẻm đường Phan Thanh Giản. Vậy là bạn bè có một chỗ để uống cà phê và vui chơi. Nguyễn Trọng Khôi ôm đàn hát thường xuyên vì Trần Quang Lộc còn rộn ràng với café châm châm rót rót cho bằng hữu. Lâu lâu Khánh Trường cũng tới "quậy" cho vui với bạn bè...

Nhưng chỉ sau vài tháng Trần Quang Lộc phải tuyên bố dẹp tiệm vì quán xá bị lỗ vốn nặng nề.

Mất nơi tụ họp, bạn bè kéo hết ra Thanh Đa. Thời gian này Nghiêu Đề đang cùng Nguyễn Lâm và Hồ Hữu Thủ vẽ sơn mài cho một Dealer bán tranh ra ngoại quốc. Cuộc sống đã có chút dư dả, tôi đã bỏ đi thói quen phải "thêm nước vô nồi canh" trong những bữa cơm cùng bè bạn.

Buổi tiệc "sang trọng" đầu tiên là Noel năm 1980. Anh Nghiêu Đề mua về một con ngỗng. Nhìn thấy nó dữ quá chừng mà tôi sợ hãi và lúng túng. Thêm vào đó tôi nấu nướng chẳng ra làm sao, nên chị Thụy Vũ được cầu cứu tới giúp. Chị nấu nó suốt ba tiếng, sửa soạn cho buổi trưa nhưng không ai ăn được vì chưa mềm. Tôi tiếp tục bếp núc thêm hai giờ nữa, bây giờ phải gọi là bữa tối. Vậy mà thiên hạ vẫn phải đói meo vì con ngỗng một trăm tuổi này không sao mềm nổi.

Đến mười giờ thì nhóm bạn nữa tới, thôi cứ coi như tiệc nửa đêm, đúng nghĩa của Noel. Và sau chín tiếng nấu đi nấu lại với mười tám người chúng tôi, Mr. Con Ngỗng trăm năm đã rất ngon miệng...

Trần Quang Lộc nằm trong nhóm bạn đến sau cùng. Có thêm anh, Noel đã được kéo dài cho tới sáng.

"Lạy mẹ tàn phai
Mảnh trăng mẹ cài
Ru con kỳ diệu
Hồn mẹ chia hai..."
[Trần Quang Lộc]

***

Loay hoay mà giấy tờ ODP của gia đình cũng đã hoàn tất, chúng tôi sẽ rời Việt Nam trong sáu tháng tới. Đó là những ngày của 1984.

Chia tay sẽ rất buồn, lại còn biết trước tới sáu tháng. Nên trong những lúc quây quần mà đã nghe thấm đẫm nhiều vấn vương.

Anh Nguyễn Đình Toàn cay đắng: "Nghiêu Đề và tôi ra đi đã mang theo luôn cái "Sân khấu" của bạn bè".

"... Còn bao giờ nữa tôi về
Vui trên sông trăng
Đêm hè, những khuya
Có ai về
Bến sông buồn
Nhắn hỏi giùm ta dòng sông vắng
Còn nhớ những người đã bỏ đi hay không
Trăng ơi,

Trăng đi rồi có về không?
Cho hồn ta theo với..."
[Nhạc Nguyễn Đình Toàn 1984]

***

Năm 1999 tôi trở lại Saigon.

Chị Vũ với tôi và Trần Quang Lộc lang thang cà phê khắp mọi vỉa hè thành phố. Chúng tôi ngậm ngùi nhắc lại những kỷ niệm và sự mất tăm của nhiều gương mặt cũ.

Nhớ nhất vẫn là Nghiêu Đề, người vừa mới bỏ cuộc chơi.

Tôi thua chị Thụy Vũ mười bảy tuổi, là một "bạn nhỏ xíu" của chị. Không hiểu sao tôi là người chị chọn để kể hết về những trầm luân lê thê, mãi vẫn chưa hết của đời chị. Qua những lần tôi về thăm chị ở Lộc Ninh, hay chị lên gặp tôi ở Sàigòn.

Lần cuối cùng tôi trở lại Việt Nam năm 2018. Trần Quang Lộc nhiệt tình ra đón tại ngã ba Bà Rịa – Vũng Tàu.

Ngôi nhà anh chị ở bên một khu vườn nhiều cây xanh, đẹp và êm đềm. Chút điều không vui vì anh đang đau yếu.

Đây là lần duy nhất sau bốn mươi năm bè bạn, tôi và Trần Quang Lộc không ngồi bên một cây guitar. Lần đầu tiên anh đã không hát khi ngồi với tôi, và cũng sẽ chẳng còn bao giờ nữa...

Nhà anh chị đang ở cũng là một Studio thu âm, nhỏ

thôi, nhưng cũng vừa vặn để anh xoay sở giúp gia đình.

Chợt anh nghĩ ra một ý rất ngộ nghĩnh: Anh muốn thâu vài bài ngày xưa tôi hay hát với bạn bè.

Serenade, Sombre Dimanche...

Với ý kiến đó, chúng tôi ngồi để "Thâu Lại Ký Ức".

Khi hát, tôi mơ màng thấy lại dòng sông xưa, chiếc thuyền nhỏ vào những đêm trăng sáng. Những đốm thuốc không lụi tàn trong đêm tối, và tiếng hát bạt ngàn của chúng tôi mới thuở nào đây đã mất hút, xa xăm, đã bay đi mất, tan theo những mưa những gió của đời.

***

Đọc lại văn mình chắc không khó bằng nghe lại tiếng mình hát. Tôi đã chẳng bao giờ nghe CD Trần Quang Lộc đã thâu và đề tặng.

Hôm qua nghe tin anh ra đi, tôi ngồi café ở một quán nhỏ. Nhìn xa tắp là ngọn núi có chút nắng chiều sắp tàn.

Tôi đang ngồi nghe tôi hát, kỷ niệm vật vờ, trôi nổi. *Serenade.* Chút nắng sắp tàn mà sao tôi thấy như mình đang bị nung nấu cho tan chảy. Hãy tan thành nước lũ, trôi dạt về lại dòng sông xưa nơi chúng tôi đùa vui cùng những mùa trăng cũ.

Tôi nghe lại tiếng mình hát mà tưởng như ai đang nói những lời chia xa, những ngậm ngùi cách biệt

"... Dù một ngày đời sẽ vỡ tan rồi
Người về cuối chân trời..."
(Schubert, Phạm Duy)

CD anh tặng sau ba năm mới trở thành kỷ vật. Buổi chiều cuối cùng chúng tôi ngồi trước hiên nhà. Cũng với một chút nắng, gió lao xao và tiếng violin vút cao của *Sombre Dimanche.*

Tôi biết mình vẫn cứ lẽo đẽo tìm theo những rêu phong của ngày tháng cũ. Mà cũng chẳng phải riêng mình tôi. Khi anh Nguyễn Đình Toàn báo tin về Trần Quang Lộc, thơ thẩn nhiều điều rồi anh lại nói với tôi một câu cũ kỹ, một thông điệp mà anh đã nhắc đi nhắc lại suốt ba mươi năm "Tưởng tượng những ngày tháng nghiệt ngã đó, chúng ta không có một đám để rong chơi như thế, thì chắc là đã chết hết lâu rồi".

Viết một chút về những đẹp ngời của bốn mươi năm dài. Hình ảnh hay nhất mà bạn bè khó quên về Trần Quang Lộc là dáng anh ngồi nghiêng, có chút gì đó rất cô liêu, ôm đàn hát ra những bất trắc, khốn khó và bi thảm của chính mình.

> *"... Đêm không trăng*
> *Đào mộ chôn giữa tuyệt cùng*
> *Đau thân thể*
> *Thiên đường, thiên đường ơi*
> *Mỏi bước chân vui*
> *Bóng ta đi lặng lẽ,*
> *Trong những đêm dài... "*
> [Thơ Nguyễn Hữu Định, nhạc Trần Quang Lộc]

Sa Di

Ta ôm bình bát
Đứng.
giữa trời
Cánh chim bay qua
Thả ngàn thư ngỏ
Ta tung, rải...
Lời trăm năm theo gió
Trôi dạt về đâu?
Hỡi
Thế gian.

Đứng giữa nắng mưa
Ngày sắp hết
Bình bát ta
Đầy.
Những bóng trăng.

CAFÉ ÂM U

[Phạm Thiên Thư]

Khi bay tới Havana, tôi không ở tại thành phố có những kiến trúc nửa cổ điển, nửa tân kỳ. Những hào nhoáng của vài building, cố gắng hết sức để từa tựa như White House hay Tòa Nhà Quốc Hội ở Washington DC.

Đáp chuyến xe lửa ầm ĩ, còn nguyên những trăm năm của một chuyến tàu vừa chậm chạp, vừa cũ kỹ. Từ Havana tôi ghé Matanzas Town.

Loanh quanh trong những xóm nghèo, tôi tìm ra con phố bé xíu, nơi tôi hỏi thuê một gian nhà nhỏ, chẳng có chút tiện nghi nào.

Tiện nghi? Có phải đã chẳng đâu bằng nước Mỹ, nhất lại là California...

Khi đến với Cuba, tôi mê những heo hắt, những nắng tàn mưa sớm, cùng sự quạnh hiu của mỗi đêm về, trong những khu xóm nghèo nàn.

Mỗi chiều, tôi hay ngồi café ở một quán nhỏ ngoài trời. Dựa lưng bên tường vôi loang lở, nhìn những vũng nước chẻ đôi chẻ ba trên nền gạch vừa nghiêng chao, vừa như sắp vỡ.

Tôi ngồi đó tới tối, chờ khi ánh đèn măng xông thắp sáng. Cái ánh sáng không tối, cũng chẳng bao giờ đủ sáng, hắt ra từ cái xóm lạ mà như đã rọi soi, đã theo tôi tìm về chút tàn rơi, của một đời sống từ những tháng ngày vô cùng xưa cũ…

***

Ôm ấp nhiều mơ màng, tuổi 15, 17 tôi mang thơ Phạm Thiên Thư rải trên tóc thơm tho, viết trong tà áo trắng.

"… Anh khoác áo nâu sòng
Em chân trời biền biệt…

… Bây giờ anh qua đó
Còn thấy chữ trong chuông…"
[PhạmThiênThư]

Và rồi khi đất nước điêu linh năm 1975. Những thơ, những văn chương chữ nghĩa đã rụng rơi theo mọi thứ hoang tàn, của một quê hương lầm than với đầy những tai ương, và điên đảo.

Lần đầu tiên anh đến nhà chúng tôi ở Cư xá Thanh Đa, Phạm Thiên Thư chẳng mang dáng vẻ gì của một Thi sĩ như tôi từng tưởng tượng, qua những vần thơ hằng đọc thời thiếu nữ. Anh cũng chẳng màng gì nữa đến chuyện thi ca, văn chương hay thơ phú.

Nghiêu Đề và Phạm Thiên Thư, hai nhân vật sống vất vưởng trên mây, giờ phải ngồi giữa nhà, bàn chuyện cơm áo. Đó là những tháng ngày của đầu năm 1977.

Anh nói với giọng điềm đạm, chậm rãi. Chú chó nhỏ của tôi nằm bên bàn tay ve vuốt của Anh mà như sắp ngủ.

"Con chó liêm sỉ", tên mới chúng tôi gọi, khi qua đã nhiều ngày mà nó nhất định không ăn bo bo, mì sợi, khoai sắn, như chúng tôi đã phải ăn mỗi sáng, mọi trưa và chiều tối…

Nó có liêm sỉ hơn chúng tôi, nó quyết liệt, nó thà nhịn đói, nó thà chết.

***

Phạm Thiên Thư giận dữ với câu chửi thề hiếm hoi, quăng hộp diêm mà dù cố gắng lắm, cũng chẳng có que nào cháy, vô lò than. Loại than mà không phải riêng anh, cả nước đã không ai nhóm nổi. Có lần tôi đã phải đầm đìa nước mắt vì khói và với cả tức giận, vì sau hai tiếng loay hoay, tôi cũng không biết làm sao cho than cháy trước bữa cơm chiều.

"Quán" Café mà luôn chỉ có hai người. Anh Nghiêu Đề và tôi.

Một ông yêu thơ Phạm Thiên Thư, có căn nhà trên đường Phan Thanh Giản, tốt bụng cho Anh Chị kê hai chiếc bàn nhỏ bên góc hiên nhà để bán café, đặc biệt là chỉ được bán buổi chiều, sau 5 giờ.

Quán không có điện, chút ánh sáng vật vờ từ những ngọn đèn đường, không đủ cho chúng tôi nhìn rõ mặt nhau. Nhờ chút ánh lửa từ lò than rực rỡ, có khi đã làm cho đêm bớt tối tăm, và như đã sưởi ấm bốn người chúng tôi, nhỏ to quanh những câu chuyện mà ai cũng chỉ dám thì thào, nho nhỏ...

Khởi đầu cho những tiếng cười, luôn là lúc anh Nghiêu Đề quăng gói Vàm Cỏ trên bàn mời mọc: "Hút đi ông, hút đại đi cho nó bổ".

Mỗi tháng, "Văn nghệ sĩ" được mua 4 gói thuốc lá, anh Phạm Thiên Thư phải để dành Vàm Cỏ để bán lẻ cho khách, anh chỉ hút thuốc "lá đu đủ Lạng Sơn". Rất chậm rãi, và lặng lẽ, anh quấn những sợi thuốc lá trong tờ giấy lịch, hình ảnh trông hiền lành, lại có chút gì như sắp cam tâm.

Để ý, tôi thấy anh chỉ sôi nổi khi bàn về "Dưỡng Sinh Điện Công", một môn Đông Y mà sau 1975 rất nhiều người theo học, vì cả nước có nhu cầu mà chẳng bao giờ được đầy đủ thuốc men.

Bạn bè thường nhờ anh hướng dẫn về thuốc Nam, nhân tiện anh giúp bấm huyệt cho hết nhức mỏi, đau tứ chi, hay cả đau đầu...

Có khi tôi thấy anh có tướng của một ông thầy bốc thuốc hơn là một Thi sĩ. Tôi đã dần quên đi một Phạm Thiên Thư có những vần thơ trác tuyệt, một Phạm Thiên Thư đã mang đầy hương lửa, vào giấy vở học trò thơ mộng của chúng tôi.

Thay vào đó, chị Mai Trinh, hiền thê của anh, và cũng là ái nữ của nhà văn Hoàng Ly.

Với đôi mắt long lanh sáng, bên bếp lửa Café, chúng tôi thường được nghe đọc những bài thơ Chị làm cho Phạm Thiên Thư. Những vần thơ đẹp như trăng, và rất nồng nàn.

Café Phạm Thiên Thư vắng tanh, với những im lìm, dù quán chỉ xao xác với hai chiếc bàn nhỏ.

Thỉnh thoảng Thi sĩ Bùi Giáng, vai khoác chiếc túi rách tả tơi, tay kéo theo sợi dây dài có gắn rất nhiều lon sữa bò sét rỉ. Với vẻ mặt hóm hỉnh, Ông nghênh ngang tới ngồi ở chiếc bàn còn lại.

Tiếng kêu của những lon sữa kéo lê, khi chầm chậm, lúc vội vã trên nền ciment, tạo ra một âm thanh vừa kỳ quái, vừa dễ sợ. Cộng thêm là tiếng cười man dại, đầy cuồng điên của Bùi Giáng…

Nhưng đó là những âm thanh, những lao xao duy nhất của Café Âm U.

***

Tôi uống tới ly café thứ tư, trong buổi chiều cuối cùng ngồi với Cuba.

Mưa lất phất lạnh, tôi vẫn dựa lưng trên vách ướt ngoài trời, vẫn ngó mông xa ra con hẻm nhỏ, có những mái nhà hoang sơ ướt.

Chủ quán múa tay cho tôi hiểu, phố xá đang bị cúp điện. Bà muốn tôi vô trong ngồi cho ấm áp.

Hơ đôi tay lạnh, tôi nhìn ngọn lửa đỏ chấp chới trong bếp nấu café.

Ánh lửa làm bùng cháy nỗi nhớ của tôi về quán café tăm tối của Phạm Thiên Thư 40 năm về trước. Cái quán mà bàn ghế cũng quạnh hiu, chỉ có bốn chúng tôi buồn rầu ngồi thở than cùng ế ẩm. Café âm u tối, Café với những mưa bay, và gió se sắt lạnh của Sàigòn.

"Quán cúp điện" ở tận Cuba, mà sao tôi lại thiết tha nhớ về những con đường tăm tối? Những ngày Sàigòn, nhiều khi ánh điện đã chẳng tới được bất cứ nhà ai.

Đêm đó, cũng như mọi đêm không đèn đóm. Café Phạm Thiên Thư ngoài ánh lửa, còn có chút trăng soi.

Trăng nghiêng trên tóc anh, và lần đầu tiên chúng tôi nghe anh thầm thì, lan man đọc lại những vần thơ cũ.

"... Xưa ta hẹn với nhau
Tìm nhau giữa vô thường
Anh hoá thân làm mực
Thấm vào cuốn kinh thơm..."

"... Xưa em là chữ biếc
Nằm giữa lòng cuốn kinh
Anh là thiền sư buồn
Ngồi tụng dưới ánh trăng..."
[Phạm Thiên Thư]

***

Rời Cuba khi trời còn mờ mờ tối, quán Café tôi hay ngồi vẫn chưa mở cửa.

Phía trước tôi, là một ông Cuban. Trong ánh sáng mù câm, tôi chẳng thấy gì, chỉ nghe tiếng rớt rơi của những chiếc lon, mà Ông đang quăng ra từ vài đống rác nhỏ ven đường.

Chút lúng túng của những tiếng rơi, sao tôi nghe như nhiều gần gũi?

Suốt chuyến bay dài, tôi đã chẳng nghe thấy gì khác. Bên tai tôi là vang vọng cái âm thanh lạ kỳ…

Âm thanh từ những chiếc lon được kéo rất ngập ngừng, nhưng lê thê buồn của Bùi Giáng.

Cinéma

Xoa lên mắt
Chút cay của ớt
Lệ như mưa
Dào dạt khóc oan
Đứng giữa trời cao
Đời
Chứng giám
Vai: Đào Thương?
Ta đóng mới xong

Thì, đi bước nữa
Rồi
Bước nữa
Bảy tỷ...
Nhân gian chẳng thiếu ai
Chợt nghe trong gió
Lời bạt mạng
Chẳng thiếu ai
Vẫn thiếu...
Một người.

THƯ GỬI CHỊ THỤY VŨ

Tưởng giếng sâu em nối sợi dây dài
Ai dè giếng cạn em tiếc hoài sợi dây

Trong một lần giận chồng tê tái, tôi vùng chạy khỏi căn chung cư nhỏ, lang thang đi dọc theo hàng cây bọc dài quanh con sông trước nhà.

Cái dễ thương nhất của những cuộc "bỏ nhà ra đi", là chúng ta luôn ngoái cổ tìm xem "đối thủ" có cuống quýt chạy theo, có ăn năn, có hoảng hốt gọi mình trở lại hay không?

Nghiêu Đề đã chẳng làm điều đó, tôi chợt hiểu ra và thấy mình sai sai, trong những giận hờn vô lối sáng nay.

Sẵn chiếc ghe của bà Mười đang chờ đón khách, tôi vùng vằng "sang sông". Không hiểu có phải sự vừa làm nư vừa muốn ăn vạ của tôi đã khiến chiếc thuyền tròng trành, chao đảo đến nỗi nó suýt nghiêng xuống nước?

Cũng chẳng biết qua tới bờ bên kia rồi tôi sẽ đi đâu?

Nhảy xuống sông? Thôi, chắc không nỡ, bởi tôi còn mê "sống" lắm...

Con đường cát trắng vòng vo dài như vô tận, dẫn tôi qua nhà chị Thụy Vũ bên Làng Báo Chí. Chị Vũ và anh Nguyễn Đình Toàn hay dùng chiếc ghe nhỏ của bà Mười như chiếc cầu nối để thường xuyên sang thăm chúng tôi ở Cư Xá Thanh Đa. Hôm nay, lần đầu tiên tôi vất vả tìm sang nhà chị, một mình.

Anh Hồ Trường An hỏi thăm đủ điều khi tôi ngồi chờ chị thay áo, chải tóc. Dù bất ngờ có thêm tôi, chị Thụy Vũ cũng rủ để cùng đi gặp ai đó mà chị nói là sống ở... xa lắm.

Cái nơi "xa lắm" đó giờ nhớ lại tôi nghĩ chắc chỉ là Phú Lâm hay Chợ Lớn. Sau vài chuyến xe lam, chúng tôi đi bộ, lội tắt vô những ruộng những đồng xa khuất hẳn với đường phố ngoài kia.

Ngạt ngào trong gió, tôi ngửi ra mùi của trầm hương. Nhưng nơi chúng tôi dừng lại trông chẳng có vẻ gì là một ngôi Chùa. Rất đông người sàng qua lượn lại trong một cái sân nhỏ, tay mang những dĩa hoa quả, nhang đèn và tiền âm phủ. Anh Hồ Trường An giờ mới tiết lộ cho biết, chúng tôi đi coi... "Hầu Đồng".

Hết hồn, vì sợ hãi một điều mà tôi chỉ nghe đến đã lạnh mình, sợ đến nỗi tôi chỉ còn muốn tìm đường tẩu thoát. Nhưng làm sao tôi dám rời khỏi nơi đây một mình? Và thật lạ, chỉ với cái nắm tay của chị Thụy Vũ sau đó đã làm tôi yên tâm. Tôi ngồi khoanh tròn chân chờ đợi, cứ như một "Đồng" rất lâu năm và chuyên nghiệp.

Bạn anh Hồ Trường An, Sìn, người mà tôi muốn chào bằng "Anh" thì chị Vũ nhắc tôi gọi là "Chị". Lúng túng với nhiều nhân vật chẳng biết Ông hay Bà chung quanh tôi hôm đó, khiến tôi chỉ còn biết ngồi im với hương khói cay xè mắt như sắp khóc và chuông mõ rộn ràng.

***

1975, cái mốc của nhiều điều và nhiều thứ... Tôi chẳng muốn than đi thở lại làm gì cả hằng trăm chuyện, mà thiên hạ đã nói gần hết. Nhưng làm sao để tôi có thể quên hình ảnh rã rời của chị Thụy Vũ, những lần chị ghé chơi nhà sau một ngày đi làm mệt mỏi.

Một ngày mà 12 tiếng phải chen lấn, bán vé trên những chuyến xe buýt tràn ngập những người là người. Chị mong manh và nhỏ bé, chị kiệt quệ rão rệu trong inh ỏi, điên đầu của một Sàigòn náo loạn những âm binh...

Nhờ sự tử tế của một cô bạn thân đang làm ở "Bộ Giao Thông", chị Vũ được đi bán vé xe buýt, và dù chỉ với đồng lương thời bao cấp ít ỏi như thế, chị phải vặt vẹo nuôi nấng Khôi Hạo, Bé Khôi Thụy và Khôi Hạnh. Ông Sìn, người tôi gặp trong Chùa vài năm trước đó, sau 75, đã về ở để giúp chị cơm nước, chăm sóc mấy nhỏ khi chị không có nhà.

Bé Khôi Thụy, một vết sẹo ngang xương của đời, một gắn bó kỳ lạ từ mối tình mà chị thường đắng cay, chì chiết: *Khi lấy "Chả", coi như là mình đã xí hết những trầm luân từ một tỷ những "Thằng Cha" có mặt trên cái thế giới này rồi!"*

Chị có sắc mặt lạnh tanh khi nói chuyện đời mình, nét mặt vẫn hiền hòa nhưng vô cùng lạnh lẽo. Nhìn chị mà tôi mơ hồ tưởng chị kể chuyện nhân gian, chuyện của ai khác. Phải chăng, với những khổ đau trùng trùng, những bầm dập của đời, có khi đã tạo ra lớp vỏ ngạo mạn lạnh lẽo, như một khí giới tự vệ hữu hiệu nhất của chị?

Những tối chị ở lại nhà chúng tôi, phải là những nói cười rộn rã, hoặc rì rào to nhỏ, suốt đêm...

Mối tình đầu tiên thời thiếu nữ, chị tưởng đã đặt hết yêu thương, tưởng như được nép vai bé nhỏ bên một "Anh Hùng Mã Thượng". Mối tình lớn này đã khiến chị sau đó phải giam mình suốt chín tháng dài, trong căn nhà im ỉm của song thân, vì sợ những thị phi, tai tiếng... Hóa ra lại chỉ là người "chẳng ra làm sao", rất đặc biệt là đã không hiểu chút gì về Thượng với Mã! Bởi thế, Bé Hương chưa bao giờ được gặp cha mình, cho tới ngày Ông mất ở Sàigòn khoảng năm 1995.

Sáng thức dậy, khi Nghiêu Đề ngồi quấn thuốc rê, cái thuốc mà cả nước nghi là xắt ra từ những lá đu đủ, tôi rót trà nhâm nhi, ngồi nhìn chị Vũ trang điểm. Có lẽ chút yêu đời duy nhất còn sót lại từ chị, là lúc ngồi vẽ đôi chân mày, mỏng dính và mờ nhạt. Đời có còn gì không để chúng ta phải tô thêm cho đậm đà? Có lần tôi đã tính hỏi chị như thế.

Chị tô son lên môi, xức chút má hồng và... ca vọng cổ! Tôi hay cười cười với những phối hợp tréo ngoe, trật chìa chẳng đâu vào đâu của chị. Vậy mà cái chất giọng ngai ngái, khàn khàn khi chị ngân nga có lần đã làm tôi suýt khóc:

"Tưởng giếng sâu em nối sợi dây dài
Ai dè giếng cạn em tiếc hoài sợi dây..."

Có lần chị rủ tôi tới ngôi chùa Già Lam ở Phú Nhuận, Sư trụ trì là người thân với chị và nghe nói ông thuyết pháp rất hay. Chị đến không phải vì gì khác, ngoài việc có hẹn xem bói bài cho rất nhiều bà đang ngồi chờ chị ở bên ngoài, dưới bóng mát của một cây cổ thụ phía sau sân chùa.

Trên những khuôn mặt lam lũ, đầy lo âu và tội nghiệp đó đã có thoáng chút vui mừng, khi thấy chị Vũ đến. Câu hỏi của tất cả quý bà chỉ là: "Tuần sau, tháng tới chồng tui vượt biên có ổn không?", hoặc "Bao giờ thì có tin của con trai tôi, hai thằng nhỏ đã ra ghe từ tháng trước?" ...

Tôi nhìn mà xót xa thương những người Vợ, người Mẹ, mà trong những lo lắng, bối rối của một đời sống đầy rủi ro và tai ương... Họ đã chẳng biết tính toán cách nào, thu xếp ra sao, họ đành phải mang những băn khoăn, những thắc mắc tới nhờ chị Thụy Vũ trả lời và... giải quyết.

Dưới cái nắng gay gắt của trưa hè, tôi ngồi bần thần, tò mò nghe chị Vũ bàn chuyện tương lai, quá khứ của thiên hạ qua một xấp lá bài xanh xanh đỏ đỏ. Trúng sai gì thì chắc chỉ có Trời và chị cùng với những "khách hàng" này mới biết, nhưng có một thời gian chị đã sống lất lây với cái "sự nghiệp" vui vui này. Chị đã bỏ đi được sự vất vả của bao tháng ngày bị rượt đuổi kinh hoàng, bởi những chuyến xe buýt triền miên, chạy bạt mạng và như điên trong thành phố.

Tôi đã nhiều lần trở về quê cũ, líu lo với chị ở Lộc Ninh hay trên Sài gòn, hoặc đi cùng chị tới nhà anh Văn Quang, người mà tôi nói đùa là chỉ có mình anh là trông gầy ốm hơn so với chị Thụy Vũ.

Mỗi lần muốn rủ tôi tới chung cư Nguyễn Thiện Thuật, chị giỡn: "Sáng nay tụi mình đi café với Ân Nhân", tôi hiểu ngay là Văn Quang, người đã viết nhiều bài "*tố cáo*" về "*Chả*" giùm chị...

Đêm qua nhận email từ chị Thụy Vũ, một email dài hơn bình thường chợt làm tôi lo lắng. Chúng tôi email qua lại nhiều lần chị đã chẳng bao giờ nói tới anh Tô Thùy Yên. Duy nhất email này chị nhớ đến anh, dù chỉ thoang thoảng viết với một chút u hoài, nhắc tên một người "Chồng" đã ra đi từ vài năm trước. Chị cũng nhắn tôi về chơi, trước khi... quá trễ.

Chúng tôi đã sống cùng nhau một thời dưới những oan khiên của quê nhà. Nơi mà đời sống có những khi lắng lặng, trầm tĩnh, đôi lúc lại hốt hoảng, vội vàng, cứ như sắp không còn kịp để làm một điều gì... Cảm giác đó sau bao năm đã chìm lắng, đã biến mất kể từ ngày tôi từ biệt chị, ra đi.

Và với email chị gửi đêm nay, tôi ngồi viết suốt bốn tiếng, tưởng đã như là một hồi âm.

Viết, để gửi về một nơi chốn rất xa xăm, một nơi mà không biết sẽ còn có bao giờ tôi trở lại...

TRANH, TIẾNG NÓI CUỐI CÙNG

"... Mổ trái tim
Xem:
Không gì trong đó
Mở đôi bàn tay
Những thứ chẳng còn..."
[Lê Chiều Giang]

Làm thế nào để giải nghĩa về cái chết? Những điều nằm bên ngoài tất cả mọi sự hiểu biết của nhân gian, nhưng lại nằm bên trong những bí ẩn muôn đời của vị Thượng Đế ở mãi trên trời cao kia.

Lại càng không thể bàn tán gì, khi cơn đau ốm, bịnh hoạn đó đang không phải là của chính mình.

Tôi, một kẻ đứng bên ngoài sự lâm chung.

Sau khi được vị Bác Sĩ trưởng khoa phân tích, giải thích chi tiết về những điều không còn gì có thể cứu vãn với căn bịnh ngặt nghèo của chồng. Tôi mang cảm xúc của một cô gái bé nhỏ, biết trước mình sẽ trơ vơ, sợ hãi nằm im dưới đáy sông chờ chết.

Tôi đang ngộp thở, tôi mới là người sắp chết, tôi đang vẫy vùng trong tuyệt vọng, tôi không biết bơi...

Anh vẫn ngồi ngoài phòng đợi với niềm tin rằng, đây chỉ là căn bịnh đơn giản, mọi thứ rồi sẽ qua đi, sẽ chỉ như cảm cúm thường tình.

Thẳng lưng vào thành ghế, tôi thở, nhịp thở hụt hơi nhưng vội vã.

Không khí ở khắp đất cùng trời, đã chẳng ai thèm quan tâm, nhớ đến. Nhưng khi đụng tới chút hơi hướm của nỗi chết, chúng ta thở rất vội vàng, chúng ta sợ nó sắp cạn, sợ nó sẽ hết...

Rất nhanh, tôi xếp đặt những lời nói dối. Làm sao tôi dám nói ra sự thật kinh hoàng như vị Bác Sĩ vừa nói với tôi bằng cái giọng lạnh lẽo đầy thuốc men kia?

Anh cười rất tươi khi thấy tôi, nhưng sao mắt tôi nhìn ra nhiều ai oán? Bây giờ tôi mới nghiệm ra sự tài tình của các họa sĩ, khi diễn đạt qua màu sắc: Những môi cười bi thảm, méo mó giữa khổ đau trùng trùng, hoặc sự sợ hãi triền miên, nhãn tiền của nỗi chết. Những nụ cười trầm luân thoát ra khỏi niềm vui mê dại, đụng chạm tới sự bàng hoàng của một chấm hết không ngờ.

Và tôi cũng đang ráng cười, cười như thật. Nói huyên thuyên với anh về chứng bịnh bình thường, chẳng có gì phải lo lắng, quan tâm.

Nếu chỉ cần nói dối mà đối phó được với những tai ương, hoạn nạn, thì tôi đang là kẻ nói dối rất chuyên nghiệp. Đời sống, có phải đôi khi chúng ta cần đãi đằng, an ủi nhau, dù chỉ bằng những lời dối trá, chẳng cần gì đến sự chân thật chết người, những chân thật chất chứa đầy muộn phiền, đớn đau và bi thảm.

Anh muốn vui bằng một bữa ăn tối ngoài trời, như hét ra niềm tri ân cùng thế giới. Lòng tôi dù tê tái, hoang mang, vẫn nồng nàn với rất nhiều ly rượu đỏ, cười vui chan hòa cùng chút nắng chiều hắt lên khuôn mặt anh sáng rỡ niềm hy vọng, chứ không thể là những tăm tối, u hoài của một nỗi chết.

Chúng tôi ngồi trong đêm, với mịt mù không lối thoát của tương lai, nhưng anh chẳng hề biết. Tôi bỗng thấy quý từng giây từng phút khi ngồi bên anh, những điều tôi đã phí phạm, vung vãi một cách hào sảng trước đó... Lòng tôi nhủ thầm sẽ không còn bao giờ nữa. Vậy mà sao tôi cười, tôi nói và tôi giả ngây ngô?

Qua nhiều freeway, vào phố. Tôi dừng lại ở đèn xanh, vượt qua hết đèn đỏ… Với tâm trạng náo loạn, tôi lái xe như điên khiến anh hoảng hốt. Tự trấn an mình, run run tôi hát. Hát miên man bài anh thích nhất: "Chiều về trên sông".

"Sông", trước hiên nhà xưa của chúng tôi. Dòng nước trôi theo cùng với những hạnh phúc, gian nan và khốn khó… Sông hiền hòa êm ái, nhưng chẳng phải đã không có những chìm nổi, lao đao, và nhiều sóng dữ.

"... Hãy cất tiếng ca cho đời thêm buồn
Hãy cất tiếng ca
Cho lòng thôi khô héo...
Chiều buông,
Trên dòng sông cuốn mau
Thương đời, thương lẫn nhau...
Trong chiều
Về đâu?
Bọt bèo tuôn khắp nơi..."
[Phạm Duy]

Đường về nhà mà tôi quanh co lạc lối. Lan man tôi rẽ trái, rẽ phải cho đến khi cầm trong tay giấy phạt của cảnh sát, tôi mới biết ra mình đã đi lạc rất xa.

Tôi muốn mau về nhà.

Tôi muốn nhìn lại từng góc, từng xó, mỗi góc vuông trong căn nhà mà mới sáng nay thôi, vẫn ôm ấp nhiều niềm vui và hy vọng. Tôi thèm tìm ra những khác lạ nào đã thay hình đổi dạng, những bàn ghế, chiếu chăn... Hay chỉ có mình tôi đang nghiệm ra một đổi thay lớn lao, đầy sợ hãi?

Khóc giấu.

Câu nói như thơ, đã chẳng "thơ" chút nào những lần tôi dấm dúi khóc.

Khóc ngoài đường, khóc khi lái xe và khóc cả lúc ngồi với café nơi quán nhỏ.

Nhưng chỉ sau vài tháng, Bác Sĩ đã không để chút

bình yên cho chúng tôi. Mọi thứ giấu giếm đã được tung ra, như ngọn lửa thiêu đốt trên mặt mũi tôi cười gượng gạo. Riêng anh. Im lặng.

Chúng ta im lặng khi giận dữ, lúc chán nản, hay ngay khi ngời ngời, chói lòa cùng hạnh phúc. Nhưng trước niềm tuyệt vọng, sự im lặng nghĩa là gì?

Suốt những năm dài tuổi nhỏ, rồi thơ mộng tuổi thiếu nữ, khi lập gia đình... Tôi may mắn với nhiều hân hoan của đời ban phát. Cũng chẳng có nghĩa tôi đã thờ ơ được với những đớn đau. Nhưng trong sự im lặng này của anh, im lặng mà như đã nói nhiều hơn những điều cần nói... Cái âm thanh của "không nói gì hết", khi đối diện với điều tận diệt trước mắt, đã làm tôi chới với, đã làm tôi hãi sợ.

Lặng lẽ, anh sắp xếp lại những cọ vẽ, sơn dầu. Tôi ngồi im nhìn như quan sát một tử tội, đang xếp muỗng nĩa cho ngay ngắn trước bữa ăn cuối cùng.

Có phải khi luyến tiếc một cõi đời, Anh muốn trở lại bằng những bắt đầu?

Từ ngày rất nhỏ, Anh dùng đũa vót nhọn, vẽ muôn hình trên những tàu lá chuối mướt xanh. Khi mê man cùng màu sắc, Anh phải rất khó khăn mới đủ tiền mua được tấm canvas... Vậy mà khi nhận được giải Hội Họa Quốc Gia năm 1961 cùng với anh Nguyễn Trung và Cù Nguyễn, Anh chân tình đưa tấm huy chương đó cho người bạn vừa rời bỏ Huế, sống lang bạt ở Sài Gòn. Anh trao niềm vinh dự cho bạn, cái vinh dự mà Anh cho là bọt bèo với nhiều phù phiếm… chỉ để bạn bán đi, đổi lấy những bữa ăn ở Quán Cơm Xã Hội trong những ngày lang thang không nhà cửa.

Bây giờ Anh muốn vẽ, vẽ bức tranh cuối cùng. Anh muốn nhận chân ra đời sống qua từng hơi thở. Dù đang tàn hơi, đang thoi thóp, Anh cố thở những hơi dài, đứt quãng.

Hơi thở, tấm huy chương miên viễn của đời người.

Và, sơn dầu, một mùi hương gay gắt nồng, mà tôi đã có đầy ắp phổi trong những năm dài chung sống.

Với tôi, nó như một biểu hiện của sự thủy chung, lòng yêu mến và những gắn bó không rời.

Suốt bao năm dài, anh hay dùng những màu âm u, lạnh lẽo, những màu tái ngắt, lạnh tanh. Bức tranh cuối cùng anh dùng màu hoàng kim, rực rỡ và ấm áp.

Sự im lặng của anh đang dàn trải trong tranh...

Nhưng xô dạt trong tĩnh lặng, tôi nghe ra những âm thanh ầm ĩ, đầy cuồng nộ.

Tôi nghe ra hết những đắng cay, nghiệt ngã, những buồn phiền, điên đảo của đời người... Buồn hơn thế, tôi nghe ra trong tranh lời nỉ non, van vỉ của một trì hoãn, níu kéo thảm thương.

Và qua nét cọ, nét cọ sắc như những vết dao. Vết dao chém dọc, chém ngang, chém quyết liệt, kinh hoàng trên mặt của nỗi chết…

Bức tranh không được hoàn tất.

Anh buông những cây cọ, những tuýp màu, và mùi dầu sơn vương vãi.

Tôi đã không thu vén dọn dẹp, tất cả còn nguyên đó như có thêm bức "Tĩnh Vật" trong căn phòng tối tăm.

Căn phòng không bao giờ cần có đèn thắp sáng.

Lên Đồng

Ta ngồi một mình
Trên nóc nhà
Buổi sáng,
trước ngày bỏ đi
Khói thuốc tan trong mây
Rượu
đổ đầy máng xối
Ôi, ngày xưa
Nhà xưa
Người xưa
Ta hét,
Ta la
Khô quắt phổi
Ta đứng rất cao
Không vói tới
Những hồn ma trôi nổi
Lãng đãng
vật vờ bay...
Nhưng ta nghe ra rõ tiếng người
Ta nghe ra,
Lời xưa to nhỏ...

Ném hết nhang tàn
Tung tóe...
trời xanh
Ta hát như điên
trong cơn đồng thiếp.

NÓI VỚI NGÀN THÔNG

"Ở ăn với Mẹ mày nhiều
Có trưa hộc máu, có chiều trào cơm..."
[Nguyễn Đức Sơn]

Bút hiệu, một ẩn khuất của định mệnh, vô hình trung đã gắn bó cùng tác giả cho đến hết một đời người. Nói thế chẳng có nghĩa là tôi đã duy tâm, nhưng phải nghiệm theo cách đó mới giải thích được "Sao Trên Rừng" của ngàn thông trên vùng thâm u Phương Bối.

Từ balcony của căn chung cư nhỏ, tôi hay đứng ngó mông ra xa nhìn chút nắng nhạt nhòa trên những tàn cây thấp rất xanh, chi chít mọc dọc theo bờ sông bên kia, nơi có con đường mòn rất dài, loanh quanh dẫn qua Làng Báo Chí.

Cái tĩnh lặng của chiều tà, dù trên đồi cao hay đường quê, biển khơi hay ngay trên dòng sông nho nhỏ trước hiên nhà... với tôi luôn là những giấc mơ êm ái.

Hôm nay, "chiều" của tôi đã không còn thanh tịnh. Mắt tôi chằm chằm nhìn theo một người mặc áo thụng dài màu lam, ông nắm con chó quăng rất xa xuống nước, chờ cho đến khi nó loi ngoi lúp xúp lên được bờ, ông lại quăng nó xuống nước trở lại, và cứ cả chục lần như thế... Không hiểu chú chó nhỏ có thích thú với cách đùa của ông chủ hay không, nhưng từ trên cao nhìn xuống, tôi thấy thương nó lạ lùng, thương rồi sốt ruột đến nỗi không còn dám nhìn thêm chút nào nữa.

Khi nghe tiếng đập cửa dồn dập, tôi mở rất vội vàng và đứng sững nhìn. Ông Sư và con chó ướt nước đứng chờ bên chiếc xe đạp cũ kỹ. Chẳng hiểu gì và sao vậy, tôi chỉ nhìn con chó nhỏ mà cảm thấy như toàn thân mình lạnh giá.

Chẳng chờ gì tôi, ông hỏi trước:

- Nghiêu Đề, sáng có nhắn ra chơi, hắn, hắn về chưa cô?

Ngạc nhiên, té ra cái người "thấy mà ghét" đã hành hạ con chó nhỏ lại đang đứng trước mặt. Rất máy móc, tôi chạy vô gọi anh Nghiêu Đề ra mà "chịu trách nhiệm".

Thời gian đó Lâm Triết tá túc nhà chúng tôi ở cư xá Thanh Đa. Anh gốc người Bình Định, rất thân với Nguyễn Đức Sơn. Cả ba ông mày mày, tau tau mừng rỡ với một giọng phải nói là "la làng" của ông khách lạ. Việc đầu tiên tôi làm là lấy ngay máy sấy tóc hong khô cho chú chó nhỏ đáng thương và tội nghiệp của ông Sư. Nó rúc vào cánh tay tôi trìu mến như một lời cảm ơn ấm áp. Tôi cũng ôm nó trong lòng như một vỗ về đầy thương yêu...

Trước khi sửa soạn cho bữa ăn tối, ngập ngừng tôi hỏi nhỏ Nghiêu Đề về mặn, về chay. Ông át hết giọng mọi người, dù tôi cũng đang nói rất khẽ:

- Trước tiên, Cô đừng gọi tui bằng Sư bằng Thầy. Tui đây, Nguyễn Đức Sơn, thằng phải vô chùa nằm vì trốn quân dịch, có vợ với con cái rất đông. Sống trong chùa nhưng toàn ăn mặn với thịt, cá, và nước mắm...

Ông "hét" ra một tràng chữ nghĩa làm tôi bối rối, chỉ Lâm Triết và Nghiêu Đề hiểu chuyện, cười thản nhiên. Riêng tôi đã thấy rất ngại ngùng, nhủ với lòng chắc phải e dè với lối nói năng bạt mạng của người khách mới.

Nguyễn Đức Sơn, cái tên vừa lạ lại vừa quen. Quen vì đâu đó trong những chuyện trò, thiên hạ hay nhắc đến, lạ vì tôi chưa hề bao giờ đọc thơ anh.

Thời đi học, tôi mê mải với những tác phẩm được dịch từ nhiều ngôn ngữ trong tủ sách của ông anh trên căn gác nhỏ. Tôi đã đọc hết không chừa cuốn nào một cách say mê.

Thẩm thấu được những chữ nghĩa đẹp ngời của văn chương, hay đã bị "tẩu hỏa nhập ma" bởi làm dáng, làm điệu với một núi sách thì tôi không biết, nhưng nhất định cứ phải là Tagore, Kahlil Gibran, hay Hermann Hesse…

Tôi mê sách cho đến nỗi khi bị Ba Mẹ chống đối chuyện nhân duyên của tôi với anh Nghiêu Đề, bị dọa đuổi ra khỏi nhà hay đăng báo "từ con"...

Mọi biện pháp đều đã không cách gì thành công, và trước khi Ba Mẹ tôi nhân nhượng, anh tôi, bằng một giọng trang trọng hỏi: "Hãy cho anh biết nguyên do nào đúng nghĩa nhất..."

Có hay không một nguyên do đúng nghĩa? Vậy thì chỉ có Trời mới hiểu chứ sao lại là tôi? Nhưng rất nhanh trí, tôi nhớ ra anh mình mê sách, lí nhí tôi trả lời: "Vì nhà Nghiêu Đề có một tủ rất nhiều sách". Cái nguyên do vớ vẩn và ngớ ngẩn lại rất lạc đề khiến anh tôi đập bàn hét: "Vậy thì mày phải đi mà lấy cái ông Khai Trí hay Xuân Thu..." Chữ "mày" lần đầu tiên anh dùng để xưng hô với cô em nhỏ đã làm tôi hiểu đến nơi đến chốn mức độ giận dữ của gia đình mình trước cái quyết tâm, nhất định... đi lấy chồng của tôi.

Vậy đó, mê thơ Kahlil Gibran nên còn rất hời hợt, lạ lẫm với thơ Nguyễn Đức Sơn, và tôi vẫn chưa vội đọc dù hôm đó anh đã đề tặng cuốn "Tịnh Khẩu".

Sau này, đâu đó trong một tạp chí nào tôi không nhớ, bỗng thấy thích một chút thơ của anh:

"... Mẹ con muôn kiếp nào ngờ
Đời Cha mạnh khỏe cũng nhờ rong chơi..."

Lần duy nhất tôi được gặp chị Phượng, đi cùng anh Nguyễn Đức Sơn tay dắt chiếc xe đạp xẹp bánh. Ai cũng ướt mồ hôi dưới cái nắng chang chang, dễ sợ của Sàigòn.

Nghiêu Đề và tôi ngồi bên lề đường, uống nước mía, chờ vá xe cùng anh chị. Dưới ánh nắng chói lòa, gay gắt mà tôi vẫn nhìn ra trong đôi mắt chị ẩn chứa những buồn bã cùng sự chịu đựng vô bờ...

Lóng lánh trong thơ của các Thi Sĩ là những bà Tú Xương (sao nhiều bà Tú Xương vậy?)

Câu hỏi này cũng làm tôi nhớ bài thơ Trần Tuấn Kiệt tặng Nghiêu Đề:

"…. Ta ngồi hát nghêu ngao
Ba mươi năm rồi đó
Chỉ thấy một vì sao
Thôi tối rồi, đi ngủ

Trong mộng, ước gặp mày
Gặp nhau nói mấy lời
Ngủ xong rồi... vui chơi...”
(Trần Tuấn Kiệt)

***

Sau 1975 Việt Cộng bày ra cái "Hội Văn Nghệ", trụ sở này đặt ở ngã tư Hiền Vương và Trương Minh Giảng. Nơi đó, mỗi tuần các vị Văn Nghệ Sĩ thời Việt Nam Cộng Hòa phải tới trình diện. Nhưng với thói lè phè cố hữu, nơi đây chỉ là chỗ để tụ tập, café và tán dóc.

Tiền bạc không có, mua một ly café mà xin thêm năm bình trà để có cớ ngồi từ sáng đến trưa...

Khoảng chừng mười hai giờ, Hồ Thành Đức gõ leng keng chiếc muỗng lên cái nắp nhôm của bình trà, rồi rất hài hước anh réo bằng giọng Quảng Nam, kéo lê thê, kéo nặng nề: "Tan hàng, tan hàng, về thôi bay!"

Nguyễn Đức Sơn không thường lui tới Hội Văn Nghệ, nhưng khi đã tới anh đều làm anh em ngạc nhiên với quần áo, giày và đầu tóc chỉnh tề, một điều không từng có trước 1975.

Anh ngồi đó lầm bầm chửi bóng, chửi gió, chửi liên miên… Anh nói ra những sự thật mà ít ai dám đề cập đến.

Anh chửi hết từ phường khóm tới lãnh đạo... Thiên hạ nhát gan, không ai dám ngồi chung bàn vì sợ tai bay vạ gió, sợ những kẻ tiểu nhân *thừa bóng đêm quăng lựu đạn*".

Anh ngồi đó một mình, không café, không trà đá, lầu bầu, chửi thề chán rồi bỏ về.

Cũng có lần ai đó thắc mắc: "Tới đây mà xiêm y lộng lẫy... chi vậy, cha?" Da anh sạm nắng nên không chút ánh sắc nào còn có thể nhuộm lên nét mặt, nhưng qua câu trả lời đầy giận dữ của anh, tôi thấy ra mặt anh đang đỏ bừng như lửa:

"Tau không muốn lộn, tau không muốn lộn".

Câu nói ngắn, rất ngắn của Nguyễn Đức Sơn đã làm tôi nhìn ra những điều bất mãn, căm hận nhưng với nhiều khí tiết của anh.

"... Vì sao ta đến đây hò hét
Học trò bẻ bút, tập mang gươm
Tập uống máu người thay nước uống
Múa may theo
Lịch sử điên cuồng... "
(Nguyễn Đức Sơn)

Từ năm 1979, Nguyễn Đức Sơn mang hết gia đình anh lên Bảo Lộc, Phương Bối.

Nơi đây anh sống hoàn toàn biệt lập, bất hợp tác với xã hội dưới mọi hình thức. Sống tự túc với đèn dầu tăm tối, ăn uống từ suối nước không trong, và cả với khoai sắn, nấm và rau trái do mình trồng ra... Một hình thức chống lại chế độ vô cùng quyết liệt và tuyệt đối của anh.

Và cho dù có vì thế mà trong rất nhiều năm, gia đình anh đã phải sống trong vất vả, cực khổ đầy lam lũ…

Quyết định bỏ Sài gòn lên sống nơi rừng thông Phương Bối, gian nan, thiếu thốn, và rất khó khăn của Nguyễn Đức Sơn. Phần nào cho tôi nghĩ đến Bá Di, Thúc Tề: Quyết không theo nhà Chu, không ăn thóc nhà Chu. Bỏ lên núi Thú Dương, và chỉ ăn rau Vi, cho đến chết.

"Lên núi Tây chừ hái rau Vi
Lấy bạo đổi bạo
Chừ
Có hay chi?
Thần Nông, Ngu, Hạ…Chìm cả rồi
Ta
Biết nơi nào đi?
[Bá Di, Thúc Tề, trước khi qua đời]

Tôi đang đọc thơ Anh. Đọc chỉ để ngậm ngùi, đọc để ước ao nếu có một lần gặp lại, được ngồi với Anh trong những bữa cơm cùng Nghiêu Đề, Lâm Triết.

Những buổi cơm chiều vừa mặn, vừa chay. Vừa nói chuyện chùa chiền, vừa nghe tiếng anh cười bạt mạng, la làng, và chửi thề vung vãi…

"… Trăm năm bóng lửng qua thềm
Nhớ nhung gì buổi chiều êm, biến rồi…"
(Nguyễn Đức Sơn)

Một chín chín tám

Ta chôn chồng ta
Một lần duy nhất
Ở giữa rừng gai
Không hoa trái mọc
Đất đá
Rực cháy những lửa điêu tàn
Ta.
Đứng giữa trời, lặng thinh
Không khóc.

Ta phủ xác người
Bằng bức tranh xưa
Nét vẽ sắc như ngàn dao cắt
Vẽ mắt ta
một trời sao lặng
Có tàn phai
Mệt.
dấu trăng soi

Ta chôn chồng ta một lần duy nhất
Mắt của ta ở lại
với người.

PHÍA BÊN KIA VẦNG TRĂNG

Biển chạy dọc, dài theo hết California, vừa huyên náo, rất mơ màng, lại có chút gì đó nhịp nhàng trong cái tĩnh lặng của hoàng hôn.

Chiều tàn, với sắc đỏ thắm rọi soi xuống dòng nước, là chút màu sâu thẳm của ráng chiều đang nhạt nhòa vào đêm tối. Chút ánh sáng sắp tàn, phai dần cho bóng đêm, đã luôn làm tôi chìm đắm trong những ly rượu đỏ, có khi muốn uống hết, uống cho đến khi nào im hơi...

Mới bốn giờ, quá sớm cho bữa tối, tôi lang thang dọc theo phố biển San Francisco, nơi thiên hạ dập dìu với nhiều quán xá...

Tiếng guitar văng vẳng trong gió đã làm tôi phải đi theo, tìm đến. Rất bồi hồi, tôi ngập ngừng rồi ngồi đại xuống lề đường, cạnh cái hộp đàn bên trong có những đồng tiền rơi vãi. Không chút ngạc nhiên, người nhạc sĩ hát rong vẫn tiếp tục ngân dài, thiết tha... *The lunatic is in my head... I'll see you on the dark side of the moon...*

Tiếng guitar không mạch lạc, óng ánh như David

Gilmour, guitarist của Pink Floyd, nhưng chồng chất trên sáu sợi dây đàn hơi lúng túng là tiếng hát tuyệt vời. Tiếng hát diễn đạt mơ hồ ra một nơi hò hẹn, mà cho dù phải đợi tới ngàn năm sau, chắc cũng chẳng hề có ai muốn tới…

Chúng tôi sẽ không tới, vì sợ sẽ làm ánh trăng vỡ tan, và cũng sẽ vỡ hết những vần thơ trác tuyệt, đẹp ngời như những giấc mộng vàng của ngàn xưa đan kết lại.

***

Cũng chẳng phải tôi đã quên mất một chiều khi đi cùng Anh tới Los Angeles Bus Station. Giờ để lên chuyến Amtrak đi Santa Barbara đã sát sao, tôi lại cứ nấn ná bên một ông homeless già, ngồi đàn say sưa Nocturne số 9 của Chopin trên một Piano rất mới, đặt ngay góc bên ngoài một quán Café của Bus Station nhộn nhịp, đông người. Anh gay gắt hối thúc, tôi năn nỉ được đổi vé chuyến sau…

Nocturne, Ballade và ngàn ngàn chuyến xe bus, Amtrak xuyên bang… Những tưởng mọi âm thanh xô bồ, náo loạn trên toàn thế giới đã hòa quyện cùng nhau nơi đây.

Nhưng sao tôi vẫn nghe ra những mơ màng, nhận ra cách sống bạt mạng, sôi nổi và đầy những đam mê của George Sand, cùng với khói thuốc cigar của Bà quyện bay nồng nàn, trong từng note nhạc đắm say của Chopin…

Nhạc, chúng ta nghe lúc thức, khi ngủ và ngay cả khi không nghe thấy gì giữa những ầm ĩ của thế gian.

Nhưng bất chợt chúng ta nghe ra, nhìn thấy những đam mê, những chìm đắm của Chopin đang được đàn bởi một homeless.

Santa Barbara, ngày mai hay tuần tới? Những chuyến xe chắc vẫn chờ chúng tôi, bền bỉ. Nhưng sau hôm nay thì tôi còn biết sẽ tìm người Homeless Pianist này, nơi đâu?

Cuối cùng, chuyến đi Santa Barbara của chúng tôi đã bị hoãn lại chẳng biết đến bao giờ, sau những lườm những nguýt và cả những đùng đùng giận dữ…

***

"Mùa Hè Đỏ Lửa", Nhà văn Phan Nhật Nam đã gắn tên của một tác phẩm vào những nghiệt ngã, trầm luân của quê hương. Vậy mà tuổi trẻ chúng tôi chỉ loáng thoáng "nghe" chiến tranh qua radio hoặc với những phóng sự trên truyền hình, báo chí.

Riêng anh tôi đã không chỉ nghe, mà còn "sợ". Nếu thi rớt, tương lai sẽ là những xa khuất mịt mù, không còn biết mình sẽ ở tận chốn nào, và đến những nơi đâu?

Một chiều tan học tôi về trễ, vì còn mải quanh quẩn trong sân trường hít hà mùi đất ướt. Tôi mê đắm cái mùi đất vừa ngai ngái vừa nồng nồng đầy quyến rũ, sau những cơn mưa nho nhỏ của Sàigòn. Cái mùi âm ẩm mốc đó, đã chẳng còn có bao giờ tôi được hít đầy cho hết phổi như muốn để dành thở tiếp, sáng mai. Nó đã mất tiêu, biến hết đi theo cùng với ciment, và gạch đá.

Đi ngang qua phòng học của anh, tôi thấy chút là lạ. Lờ mờ trong bóng chiều sắp tối, anh tôi giật mình khi tôi mở sáng đèn. Trên bàn, bên cạnh sách vở là cây guitar bị đập nát. Tôi òa khóc và anh tôi cũng khóc theo, tiếng khóc của mất mát, của phẫn nộ, và bi ai. Tiếng khóc của anh em tôi trong một chiều tăm tối, ngân dài lan man với nhiều điều tiếc xót... Tôi mở hết những khóa, gỡ sáu sợi dây đàn như tách rời ra hết những mộng mị triền miên của anh mình, của chúng tôi.

Jimmy Page, Guitarist của ban nhạc Led Zeppelin, người mà anh tôi mơ ước sẽ trở thành!

Bản "Going to California" của Robert Plant, với lead guitar Jimmy Page đã làm anh em tôi say sưa, nghe đi nghe lại từng sáng, mỗi chiều... Bỏ bê xao lãng hết việc học hành, đã nhiều lần làm Ba tôi giận dữ, la mắng.

Phải chăng khi đập nát một giấc mơ chỉ để đuổi theo một giấc mộng khác ít "dễ sợ" hơn, lòng anh tôi cũng đã nát tan như cây đàn mới vỡ?

Chập chờn trong những giấc mơ của tôi sau đó, không phải bạn bè nào hết, cũng chẳng có gương mặt xanh xao vì sách vở của anh tôi, mà là cây đàn.

Cây đàn đã châm theo ngọn lửa biến ra tro, đã không còn treo bên cạnh tủ sách trên căn gác nhỏ. Nhưng nó đã vang lên trong những giấc mơ đêm, mà loáng thoáng đôi khi còn có thêm đôi mắt biếc xanh, dáng dấp bụi đời, với mái tóc hippie quăn dài rất hấp dẫn của Jimmy Page.

***

Từ Downtown San Diego, tôi thích theo chiếc ca-nô nhỏ qua bờ bên kia, thành phố biển Coronado.

Biển, cho dù có sóng tràn, nước dạt đến đâu, âm thanh vẫn ngọt ngào thân ái. Tôi mê biển như nhớ dòng sông nhỏ trước hiên nhà những tháng năm còn ở lại, còn sống với những đay nghiến, rất âu lo và muôn ngàn tức giận…

Dọc theo con phố rộn ràng đầy du khách, tôi mua hai café, để cùng ngồi uống với một homeless hát rong.

Tôi thích ngồi với những nhạc sĩ bất đắc chí này ngoài đường phố, có khi là chai beer, hay một ly rượu đỏ. Tôi đã không nghe họ hát với lòng trắc ẩn, bởi sự trắc ẩn đâu đó đã như một xúc phạm lớn lao.

Qua tiếng hát đục khàn hay vút cao. Chính họ đã phát sinh, nuôi nấng, đã gợi ra cho tôi những cảm xúc mới tinh, tuyệt vời và trong veo như giọt sương sớm trên những lá xanh…

"Stairway to Heaven", theo yêu cầu của tôi, Ông đã hát thêm lần nữa, chỉ với cây guitar cũ kỹ bằng gỗ chứ không là đàn điện.

Robert Plant hát bài này cường điệu và quay quắt làm dáng bao nhiêu, thì ông đã chỉ bằng một giọng chân phương hơi đơn điệu, nhưng với tiếng đàn rất bóng bẩy, tân kỳ. Ông hát như một tín hiệu cho nhân gian biết rằng: "Đường lên tới trời cao, lên tới chốn thiên đàng xa xăm mù mịt kia, sẽ mãi mãi, sẽ muôn đời như một ước mơ đầy bất trắc…"

Nhìn cây guitar ôm trong đôi tay gầy ốm của người hát rong, tôi chợt rùng mình. Trong xót xa tôi nhớ tới cây đàn của anh tôi, cây đàn đã nát tan theo cùng giấc mộng ngây thơ của tuổi mới lớn.

Bỏ thêm những đồng bạc vào chiếc khay nhỏ, tôi yêu cầu ông đàn bản "Going to California" của Led Zeppelin. Nhạc đã dìu tôi trở về với những ngày tháng mà cả hai anh em lơ là, bỏ quên sách vở… Trên căn gác nóng như lửa thiêu, ngồi nghe như nghe kinh thánh từng note một, qua tiếng đàn thủy tinh của người nhạc sĩ mình yêu mến.

***

California, tôi đang ngồi đây, biển xanh êm đềm trong nắng chiều lấp lánh. Hôm nay đã chẳng có một người hát rong nào nơi những con phố tôi đã đi qua.

Nếu có guitar bây giờ, tôi sẽ ôm đàn ngồi ngân nga hát. Tiếng hát tôi sẽ như tiếng chuông vang giữa chợ đời.

Tôi sẽ hát cho những giấc mộng xa vời tuổi nhỏ, những thất thoát niềm tin tuổi mới lớn. Và còn mong manh chút hơi thở cuối cùng, tôi dành lại chỉ để hát cho phía tăm tối bên kia của vầng trăng.

Trăng. Nơi tôi sẽ phải đến, sắp đến như đã cùng có lời hò hẹn…

"… The lunatic is in my head…
I'll see you on the dark side of the moon…"

* Brain Damage: Pink Floyd
* Nocturne #1 Op.9: Chopin
* Going to California; Stairway to Heaven: Led Zeppelin

Đầu hàng

Đứng mãi trong tranh
đóng vai:
Góa phụ
Sáng nay ta
Ra với mặt trời
Như kẻ xa xôi về lại trái đất
Ngó quẩn quanh
Đời.
Chẳng thấy ai
Ta kiếm trăm phương
Gọi ngàn số cũ
Thiên hạ nơi đâu?
Đã.
... Chết hết rồi!

Bước lại trong tranh, và
... Diễn tiếp
Hỡi thế gian
Ta.
Bỏ cuộc chơi.

DẤU CHẤM TRÊN ĐẦU CHỮ I

C'était, dans la nuit brune
Sur le clocher jauni
La lune
Comme un point sur un "i"...
[Alfred de Musset]

Như những cô học trò nhỏ, áo trắng điệu đà tha thướt, tôi còn có thêm giọng nói êm êm, thanh thoát và dịu dàng. Chúng tôi, những cô thiếu nữ đẹp như trăng, sáng rỡ và líu lo những khi tới lớp, những lúc tan trường…

Thầy đứng lớp Kim Văn, hai lần một tuần. Chúng tôi chờ giờ của Thầy, như đợi chờ để được nghe những vần thơ trác tuyệt và để học trong cuốn sách đặc sắc, dù mỏng, nhưng tràn đầy những nét tinh hoa…

Thầy không giáo điều, không nhất định cứ giảng dạy đúng theo chương trình của Bộ Giáo Dục đưa ra. Những thứ mà với chúng tôi đã gần như nhàm chán.

Ngoại trừ có lần Thầy giảng và bàn rất vui, rất dí dỏm về Tây Môn Khánh và Phan Kim Liên trong Kim Bình Mai.

Giáo Sư, mà Thầy trông rất giang hồ, tóc dài với áo Pull, quần Jeans. Vừa giảng thơ văn, Thầy vừa hút thuốc, loại thuốc trong pipe, đã làm đám học trò chúng tôi ghiền luôn cái hương rất thơm tho, nồng nàn. Thầy thả đầy khói trên bục giảng trông lãng đãng, đẹp và hay hay... Thầy lái xe bạt mạng, len lách với xe học trò ngay trong sân trường.

Đám thiếu nữ chúng tôi bàn về Thầy nhiều hơn nói về Cao Bá Quát hay Nguyễn Công Trứ...

Không biết Thầy để ý tôi từ bao giờ. Chỉ biết khi giảng bài, Thầy không nhìn ai khác, mà mắt cứ hướng về phía tôi, cô bé ngồi bàn cuối lớp. Mắt Thầy đưa xuống tận chỗ tôi ngồi như một tín hiệu bí mật, một tín hiệu chắc phải là vô cùng thầm kín. Cũng có khi tôi tinh nghịch, liếc đôi mắt đẹp, "kên kên" lại Thầy chút xíu.

Thầy thì "thầm kín", "bí mật", mà cả lớp như biết hết, để theo dõi, rồi bàn tán, rồi xôn xao... Có đứa còn lén viết tên Thầy bên cạnh tên tôi trên bảng, trong giờ ra chơi.

Tôi ngượng ngùng, tính chuyện đổi trường cho niên học mới.

"Đổi trường", cũng vì tôi phải thuận theo ý của Ba Mẹ. Trường cũ, nơi toàn những đứa vừa học vừa chơi. Có đứa vui tay, còn tính thêm cả chuyện múa bút, sa đà vô những giấc mơ hãi hùng, đầy tai ương. Mộng làm... Văn hào hay Thi sĩ.

Ba Mẹ bắt tôi ghi tên học trường của những vị Linh Mục, những Ông Cha "dễ sợ" và có khi còn thêm cả "dễ ghét" của tụi học trò. Tiện thể tôi cũng nghĩ, nếu cứ theo học dưới "Mái trường rong chơi" này, thì thi rớt và học dốt là điều không thể tránh. Bởi đi thi thì không phải chỉ có môn Kim Văn của Thầy…

***

Tôi gặp lại Thầy ngay lớp mới, của trường mới, chỉ sau ba tháng hè rời xa trường cũ.

Là một Giáo Sư xuất sắc, trường nào cũng muốn Thầy nhận dạy. Tôi chỉ ngạc nhiên khi Thầy chẳng thắc mắc chút nào, lúc nhìn thấy tôi đứng vo vo vạt áo trắng, cúi đầu ngượng ngập chào Thầy. Và trong đôi mắt, tôi ngây thơ ngước nhìn Thầy với mọi thứ dấu hỏi...

Nhất là tôi đã không dám nghĩ, Thầy tìm dạy đúng lớp tôi mới học, lại chính chỉ vì… tôi?

Tiếng Pháp, một ngôn ngữ đẹp như văn chương, và bàng bạc như một tiếng hát.

Hôm nay, trong khói thuốc ngạt ngào và vẫn bằng một giọng đam mê, đầy chất Thi Sĩ, Thầy đọc cho cả lớp nghe bài "Ballade à la lune" của Alfred de Musset.

C'était, dans la nuit brune
Sur le clocher jauni
La lune
Comme un point sur un "i"…

Trăng chơi vơi
Trong một đêm nâu
Trên tháp chuông vàng
Mặt trăng tròn
Như dấu chấm trên đầu một chữ "i"…

Giọng Thầy quyến rũ và truyền cảm đến nỗi tôi nhìn ra vầng trăng sáng rực rỡ trong mắt Thầy.

Đôi mắt bí ẩn của trăng soi, đôi mắt chỉ nhìn thấy riêng có tôi, qua làn khói Half and Haft mờ ảo, cùng với những bài giảng cũ, mới…

Cảm động vì bài thơ thì ít mà bởi chất giọng miên man của Thầy thì nhiều, tan lớp rồi mà tôi vẫn cứ ngồi ngẩn ngơ nơi cuối lớp. Thầy bước xuống khi chỉ còn có một mình tôi. Khoan thai, Thầy cúi xuống thở lên tóc tôi, cùng với một lời… trìu mến.

Thầy bỏ về rồi, mà tôi còn ngồi bàng hoàng với những cảm giác lạ lùng, không hiểu…

Đêm đó tôi ngủ với mùi thuốc của Thầy thơm nhè nhẹ trên tóc, ngủ với mùi hương dịu dàng mà Thầy đã thở trên mái tóc rất dài, đẹp mượt mà.

***

Tôi tham dự buổi vinh danh những Thầy, Cô giáo cũ chỉ vì ham vui, và tiện thể cho một số công việc sau đó.

California những ngày chớm xuân, dọc theo những freeway tôi ngang qua, là rất nhiều hoa đang chớm nở. Nắng của sáng sớm rực rỡ, luôn làm tôi cảm thấy đời sống đầy ắp những tươi vui và mời gọi.

Với lòng hân hoan đó, tôi rộn rã hàn huyên cùng bạn bè cũ, mới, trong buổi họp mặt rất đông thiên hạ.

Tôi đã không nhận ra là ai, cho đến khi Thầy phải giới thiệu lại cả họ, lẫn tên.

Riêng Thầy, nhận ra tôi bởi giọng nói. Âm thanh của những líu lo ngày xưa, thuở đi học, giờ vẫn chưa nhiều thay đổi.

Đứng trước mặt tôi, không còn cái vẻ giang hồ, lang bạt của người thầy cũ. Lưng Thầy hơi cong xuống, cho tôi nhìn ra sự xô lệch nhanh chóng của đời người. Thêm mái tóc lưa thưa, bạc trắng và đặc biệt là tiếng nói.

Cái âm thanh khàn đục làm tôi phải khó khăn lắm mới nghĩ ra Thầy đang nói gì.

Trong tất cả những kỷ niệm mà đôi khi tôi nghĩ, nhớ về Thầy duy nhất là mùi hương êm ái mà Thầy đã thở trên tóc tôi, trong một chiều tan lớp. Kèm theo một câu nói đầu đời tôi được nghe, nghe lần thứ nhất, với đầy mê đắm, và chao đảo.

Thầy nói có vài câu mà sao tôi thơ thẩn cả một thời gian dài, và cảm xúc đã làm tôi lạnh hết đôi tay mỗi khi nhớ đến.

Nhưng cuối cùng, tất cả đã như gió bay đi.

Tuổi trẻ, chúng ta dễ quên hết mọi thứ, mọi điều. Như một ánh chớp lóe sáng, rồi loãng tan theo cùng với những tung tăng, những vui đùa, và mưa nắng của đời...

Tôi đã không thủy chung theo đôi mắt chìm đắm của Thầy, đôi mắt đẹp như trăng sáng.

Tôi cũng đã quên mất giọng trầm ấm, nồng nàn, khi Thầy đọc những vần thơ mơ màng của Alfred de Musset.

Tôi mê những bức Tranh!

Tôi đã quyết liệt và quyết tâm. Tôi bước những gót chân nhẹ nhàng, rón rén, nhưng vô cùng liều mạng, theo một người Họa Sĩ tài hoa, dù cho có nghèo nhất thế giới.

Chúng tôi đã sống cùng nhau cho đến ngày, chỉ còn có nỗi Chết mới là sự phân chia, mới là lời vĩnh biệt...

***

Buổi họp mặt cứ nấn ná như chẳng ai còn muốn ra về. Tôi và Thầy bỏ bữa tiệc không muốn tàn, tìm ra một quán nhỏ.

Chúng tôi ngồi với Trăng, hướng nhìn xa xa là ngôi Thánh Đường đẹp nhất California: *Christ Cathedral*.

Tôi nhắc với Thầy về những buổi học ngày xưa, những bài thơ Thầy hay đọc. Thầy hỏi tôi có còn muốn nghe lại bài thơ về vầng trăng, của những năm tháng cũ?

"Lune, quel esprit sombre
Promène au bout d'un fil,

Dans l'ombre...»
"Trăng ơi, hồn tăm tối
Lắng sâu trên sợi chỉ mong manh
Và, đêm thâu..."

Tôi nhìn ánh trăng tròn, nằm mơ màng trên tháp nhà thờ. Tiếng Thầy đọc khàn câm, lan man về những âm ỉ của quá khứ.

Thầy khóc.

Nước mắt tôi cũng nhạt nhòa. Ánh trăng như chợt tối tăm ướt, theo nước mắt của Thầy, và của tôi.

Trăng như một chiếc lá trong gió đêm, theo cùng với nước mắt. Trăng lung lay qua phải, Trăng vật vờ sang trái...

Trăng.

Rồi chẳng còn có bao giờ nữa, tôi thấy lại Trăng của những ngày tháng cũ.

Ánh Trăng xưa, sẽ mãi mãi không còn đứng giữa đỉnh tháp nhà thờ, như dấu chấm trên đầu của một chữ "i".

*Thơ: "Ballade à la lune", Alfred de Musset (1810-1857)
Dịch: Phạm Vũ

Tháng mười một cuối cùng

Chẳng nợ nần ai mà ta trả
Một triệu lần hơn
điều ta có
Đến khi,
Nhang khói mịt mù bay
Là lúc tim ta đầy hãi sợ
Tiếng chuông vọng
xa vời... trong gió
Thấp thoáng hồn ai?
Khắp bốn phương

Nhà xưa,
Ta đốt bừng bừng cháy
Tàn tro
lấp kín cả nhân gian
Ta ôm hết cả
 than, và lửa
Rực rỡ hoàng hôn,
rực rỡ đêm

Vung vãi chút nồng nàn trong mắt
Ta chết,
trong vòng tay... rất quen.

RƯỢU ĐỔ TRÊN TAY

Thôi, tôi sẽ chẳng nói gì nữa đâu về những điều rất cũ. Bao chữ nghĩa đã mỏi mòn diễn đạt mãi về mối tình đầu tiên, những đam mê, quyết liệt của nhân duyên thứ nhất.

Và cũng đã khai không thiếu chút gì về những ngọt ngào, tha thiết của cuộc hôn nhân thứ hai…

Nhưng cách nào, và làm sao để chúng ta có thể chắt lọc, cắt lìa ra hết một quá khứ? Mà trong nó là trùng trùng những đan, những chéo của suốt bao nhiêu năm dài.

***

Charles Bridge, chiếc cầu có nắng sớm của bình minh và cả sắc đỏ đậm đà khi chiều xuống, tùy theo bạn đứng đó lúc mấy giờ và hướng nào trên cùng một dòng sông.

Từ phố cổ Tiệp Khắc, dọc dài suốt đầu cho tới cuối chân cầu là rất nhiều bức tượng Baroque của Emanuel Max, mà tôi ngắm mãi tưởng như đã thuộc hết những nét uyển chuyển, mọi bố cục của từng bức một.

Không phải chỉ du khách, dân địa phương cũng náo nức líu lo, thưởng thức tiếng trumpet rộn ràng, guitar lóng lánh hay dìu dặt khúc vỹ cầm, mang mang theo dòng nước chảy xuôi dưới chân cầu.

Buổi chiều cuối cùng, tôi đứng bần thần giữa hàng trăm thiên hạ dập dìu qua lại, có gì như nhiều tiếc nuối, làm tôi chẳng còn muốn về lại California ngày mai.

California, nơi căn nhà nhỏ, có tranh của Nguyễn Trung, Đỗ Quang Em, Nghiêu Đề, Đinh Cường, Lê Tài Điển, Lâm Triết… có những tượng sao chép lại của Michelangelo, Rodin, Bernini…

Phải chăng các tác phẩm mà sáng sáng tôi cùng ngồi café, và uống cạn những ly rượu đỏ tưng bừng mỗi tối, chúng đang xao xác chờ, réo gọi tôi trở lại?

Nhưng dù có nấn ná chần chờ cách mấy, thì cuối cùng ngày mai tôi cũng phải về nhà. Trở lại với những sáng, những chiều, và cả những đêm dài thao thức.

Tôi sắp bay về để gặp lại tất cả tranh, và tượng đang lạnh tanh buồn rầu trong căn nhà nhỏ. Nơi đó, chúng cũng thức khuya, dậy sớm. Nơi đó, chúng tôi đã cùng nhau cảm nhận ra biết bao vui, buồn, chao đảo… Và tôi thừa hiểu rằng chúng chẳng hề lạnh lẽo như những tranh, tượng vô tri.

***

Thẩn thơ đi dọc theo cầu Charles, vòng qua rồi vòng lại. Đi đến lần thứ ba thì tôi hiểu mình không còn có thể chối cãi gì được nữa. Buổi chiều cuối cùng nhìn dòng Vltava trong nắng tàn sắp tắt, tôi đang lắng tìm nghe trong gió, tiếng đàn chỉ mới vừa đêm qua, sao đã như rất xa xưa, và đã như rất cũ...

Hôm qua, theo chiếc cano xuôi trên dòng nước êm đềm của sông Vltava, ngước mắt ngắm Charles Bridge trong cái nắng gay gắt, cho dù mùa hè đã gần hết. Mắt tôi như phải mở lớn hơn, ghi nhận cho rõ một hình ảnh mà chỉ đạo diễn mới có thể nghĩ tới. Chiếc violin được giơ lên cao cùng với tóc tung bay, người nhạc sĩ chạy ùa trong nắng đã làm tôi nhớ tới phim *Fiddler On The Roof*. Hình ảnh này của Ông, chạy bay như gió với cây vỹ cầm trên cầu Charles, đẹp lung linh với chút vẻ giang hồ.

Rời khỏi cano, tôi bước nhanh theo tiếng violin thúc hối, ngạt ngào trong nắng. Khúc *Élégie* của *Massenet*.

Tiếng vỹ cầm thoát bay trên những từng mây trôi nổi. Tôi thấy tim mình như nghẹt thở mỗi khi được nghe những bản nhạc quen thuộc, mà tôi từng chìm đắm với Cafe và Artworks, trong căn phòng nhỏ đầy những tượng và tranh...

Dựa lưng vào thành cầu nóng rát, tôi không nghe mà đăm đăm nhìn. Có phải Art đã tạo ra nét đẹp, không chân phương mà đầy chất phong trần, lang bạt của Ông? Như chẳng còn chút nào tự chế, rất hồn nhiên tôi hỏi nếu Ông có thể nương theo tiếng hát tôi trong Ave Maria?

Ai có thể hát nhạc giáng sinh trong một ngày cuối hè nắng nóng? Nhưng không chút thắc mắc, tiếng violin vút cao và tôi hát, tiếng hát êm ái đầy thiết tha. Bản nhạc duy nhất tôi hát bằng tiếng Ý, học được từ ca đoàn của Italian Church tại Little Italy, thành phố tôi đang sống.

Ông ngạc nhiên, quấn quít với giọng Soprano không ngờ của tôi. Riêng tôi hiểu rằng, chúng ta sẽ hát hay và nồng nàn hơn, đàn sẽ dìu dặt, thanh thoát hơn khi con tim reo vui với những xúc cảm dạt dào, vô biên của chính nó.

***

Với hai phần ăn nhỏ, ắp đầy những ly rượu trắng, chúng tôi ngồi uống với trăng. Trăng xanh bát ngát, rọi sâu xuống dòng nước êm ái của sông Vltava.

Chúng tôi nói về *The Red Violin*, cây đàn lưu lạc qua nhiều không gian, thời gian với những biến cố khiếp sợ, những tai ương, và nghiệt ngã... Nhưng vẫn có một tình yêu rực lửa, khi cây vỹ cầm chuyển đến tay một Violinist người Ý. Chàng nhạc sĩ bốc cháy với tiếng đàn khốc liệt, đảo điên. Đã đàn cùng lúc với những nồng nàn tuyệt vời, chìm đắm của yêu đương... Đoạn này của phim khi bàn tới, chúng tôi cùng thích nhất.

Đêm như sẽ chẳng bao giờ tàn, thánh thoát tôi hát *Memory*, bên tiếng đàn óng ánh và sôi nổi. Và khi biết tôi thích Chopin, lồng lộng giữa một đêm dài sắp hết, là bóng người violinist mờ ảo, chới với trong khúc nhạc *Nocturne*.

Khi chan hòa cùng Chopin, tiếng đàn Ông réo rắt, xa vời, và có chút gì đó bàng hoàng gần như nỗi chết… Đêm lặng thinh, nhưng đêm xôn xao cùng tôi với cây vỹ cầm ướt sương, và với cả ánh trăng đang dần phai nhạt.

Tôi đã không hỏi vì sao từ Florence Ông lưu lạc tới đây, đứng phong phanh giữa trời với tiếng đàn đắm đuối? Ông cũng chẳng thắc mắc xem tôi từ đâu mà đến tận chốn này…

Nhưng như hai nhân vật mơ mộng, sống bên ngoài trái đất. Chúng tôi mê muội bàn về chuyện sẽ cùng nhau đàn hát như Bohemian, lang thang trên những chân cầu, góc phố.

Violin, và tiếng hát tôi sẽ thoát xa khỏi những u minh, những tăm tối của nhân gian. Sẽ vọng cao lên mãi tới trời xanh cùng với gió, mơ hồ rồi mất tăm ở cuối chân trời…

Cuối cùng tôi đành phải hỏi thăm cô họa sĩ, dù cô đang bận rộn với những chân dung. Mới biết ra Ông chỉ tới đây ba ngày một tuần, còn lại là đàn ở những con phố khác.

Bây giờ tôi mới ân hận vì đã không hỏi han gì, và chính Ông, ngày mai cũng sẽ chẳng hiểu vì sao tôi đã không còn trở lại?

Và như thế, tôi sẽ chẳng còn có bao giờ nghe lại tiếng đàn trác tuyệt, nương cùng với tiếng hát tôi chìm đắm.

Chúng tôi đã cùng biến mất, đã như gió tản bay, rồi mất tăm trên dòng sông có chiếc cầu Charles cũ kỹ.

***

Đêm đầu tiên trở lại căn nhà nhỏ, ánh trăng tận Đông Âu đã theo tôi về đây. Tắt hết đèn đóm, phòng tôi ngồi trắng xóa.

Trăng nằm nghiêng trên những phím đàn. Nghĩ tới *Clair De Lune* nhưng đôi tay chợt lạnh giá, làm sao tôi với tới ánh trăng vời vợi của Debussy?

Bắt chước Ông, tôi đổ rượu lên tay, rượu nồng một mùi hương quyến rũ. Từ nay tôi sẽ làm thế cho ấm bàn tay lạnh, mỗi khi ngồi với Piano. Ít nhất thì chúng tôi cũng có một thói quen chung, để hàng ngày theo cùng với hương nồng, tôi tưởng ra bóng dáng người Violinist ẩn khuất, thấp thoáng, và dập dìu cùng với những tranh và tượng.

Âm thanh se sắt của Violin rồi sẽ trầm bổng bên tôi, trong gian nhà bé nhỏ...

Bằng bàn tay còn thơm ướt, tôi với cây vỹ cầm, loại đàn mà tôi không bao giờ nghĩ tới chuyện học, chỉ có như một trang trí. Ôm sát trong đôi tay, lần đầu tiên tôi thấy yêu mến nó, dù mua đã rất lâu ở một chợ trời.

Không dữ dội như violin phải sơn bằng máu trong *The Red Violin*. Nhưng khi mua về, tôi đã để nguyên không muốn lau chùi. Bởi thấm đẫm trong từng sớ gỗ nhỏ phải là những mồ hôi, những mùi vị của đắng cay, khổ đau hay tuyệt vọng. Hoặc dạt dào trong cây đàn cũ, đã là âm vang của rất nhiều những hân hoan, dấu yêu và hạnh phúc…

François Girard cho những dòng máu tung tóe, âm thầm, len lỏi chảy trong từng chút âm thanh, khi cuồng nộ, lúc thanh thoát véo von…

Tôi đang ghì siết cây violin và để yên cho nước mắt rơi. Nước mắt tôi không thể là máu, vẫn đẫm ướt cây vỹ cầm yêu dấu.

Và hơi thở tôi, đang phả dài trên những sợi dây đàn.

Hơi thở, đã làm ấm thêm giấc mơ não nùng, nhưng đầy mụ mị và hoang tưởng của chúng tôi trong một đêm trăng sáng.

BOHEMIAN. Từ chân cầu, góc phố… Xa mãi và, sẽ biến mất cuối chân trời.

* Charles Bridge: nhịp cầu cổ trên dòng sông Vltava, Tiệp Khắc.
* Fiddler on the roof. Director: Norman Jewison
* Memory: Trevor Nunn
* Nocturne #20 in C sharp minor: Chopin
* Clair de lune: Debussy
* The red violin. Director: François Girard

Đốt nhà

Bới tung
Từng góc nhà, xó bếp
Tay nâng niu những tháng ngày xưa
Có bao năm?
Mà như thiên cổ
Nhà ơi,
Giữ lại giùm ta những gió mưa
Giữ lại giùm ta
Ngàn tiếng nói
Âm vang nào, chôn giấu đã lâu
Tiếng thét to
Đôi lần tuyệt vọng
Những cười khan
Những khóc giấu
Những đêm dài...

Ra đi,
Đốt lửa căn nhà trống
Vung vãi...
Tàn tro khắp đất trời
Và,
Xóa bàn đi
Làm lại hết
Ta thả đời ta giữa gió bay.

SAPA BÀN TAY NHỎ

"... Trẻ thơ ơi, xin đến cùng tôi
... Chia hạt cơm rơi, hay bát nước đầy
Cùng ngủ ven sông, hay gối bụi cây..."
[Tâm Ca - Phạm Duy]

Tôi gặp em một sáng mùa đông, khi tuyết mơ màng rơi và gió hắt hiu lạnh của một ngày lễ trang trọng: Giáng Sinh.

Em chen lấn trong đoàn hướng dẫn du lịch. Tôi không để ý, cho đến khi em nắm tay tôi lay lay, ngước đôi mắt ấu thơ nhìn, như quen biết nhau đã từ lâu lắm.

Tôi nhận ra mặt em sáng rỡ dù lem luốc với mái tóc bù rối, không lược và chắc là cũng chẳng có gương soi.

Tiếng nói, đôi khi đã không còn mang ý nghĩa gì, tôi nắm bàn tay em lạnh giá mà rùng mình, tôi muốn ẵm em để sưởi ấm, khi thấy tuyết mỏng rơi trên tóc em một màu trắng xóa.

Em không nói tiếng Việt, tôi chẳng biết tiếng Dao. Thật thà, giơ hai bàn tay nhỏ xíu em cho tôi hiểu em lên bảy.

Chạy vội về hotel tôi tìm thêm áo ấm, jacket tôi choàng lên vóc dáng em bé nhỏ, dài thậm thượt trông vừa tội nghiệp vừa rất dễ thương.

Đêm qua tuyết rơi, Sapa lạnh hơn mùa đông của California. Dù đã lo xa mang đủ mọi thứ khăn choàng, áo ấm, tôi vẫn run theo từng cơn gió se sắt lạnh của vùng núi cao.

Chương trình sáng nay, đoàn chúng tôi sẽ đi thăm thung lũng Mường Hoa. Mường Hoa, cái tên nghe thơ mộng với hoa anh đào đang chớm nở, thắm hồng và rực rỡ.

Em lẽo đẽo, lén lút đi với tôi cùng đoàn người rộn ràng, nói cười qua đủ mọi thứ ngôn ngữ.

Chỉ có em và tôi, lặng im suốt những chặng đường dài.

Thung lũng dốc, sâu, vòng vo qua nhiều con đường đất trơn ướt. Sống quen ở thành phố, thiên hạ rón rén từng bước đi, và tôi cũng dò dẫm gót chân theo.

Em đứng đợi, đưa ra đôi bàn tay bé xíu, lẫm đẫm dắt tôi qua những vũng nước nhỏ, những khe đất loanh quanh. Em sợ tôi té ngã, dù tôi nhanh nhẹn với những bước chân dài...

"Tuổi thơ em,
Tôi phải ẵm, phải bồng
Cớ sao em?
Đưa bàn tay nhỏ

*Dắt díu tôi qua nhiều con phố
Dật dờ.
Những suối, những truông..."*
[LCG]

Tôi tách rời đoàn du khách, về nhà theo em.

Nhà. Dù đẹp như dinh thự hay chỉ là một túp lều nhỏ, tự nó đã ấp ủ đầy ý nghĩa của những ngọt ngào, yêu thương và ấm áp.

Nhà em lạnh, tối âm u, dù chiều chưa tắt nắng. Chút khói thơm từ bếp lửa cho tôi biết "nhà" đang sửa soạn bữa cơm chiều. Ánh lửa hắt ra từ bếp hồng, đỏ ấm áp trên những khuôn mặt hiền hòa, đang ngồi sưởi cho bớt lạnh những đôi tay...

Không ai nói một câu tiếng Việt nào đã làm tôi lúng túng, dù chỉ là vài ba câu xã giao. Tôi cúi đầu chào như một lễ nghi không thể thiếu tới hết mọi người.

Ba Mẹ, Ông Bà Nội, thêm Ông Bà Ngoại, vài ba con nít... Rất đông người sống lúp xúp trong mái tranh nghèo nhỏ bé.

"Họ" rất vui khi líu lo cùng tôi, dù chẳng ai hiểu ai một chút gì. Rất khó khăn tôi loay hoay vẽ trên giấy, xin phép họ cho em ở cùng tôi đêm nay. Một đêm Noel lạnh giá.

Rất lịch sự, họ mời tôi ở lại cùng ăn tối. Tôi uống với họ chút rượu cần, loại cay cay nhạt nhạt, rót tràn như nước suối trong chén nhỏ. Tôi ráng uống dù vị đắng làm cho đôi môi tê dại. Thêm khói bếp mịt mù, đã làm mắt tôi cay nồng như xoa ớt.

***

Nhà thờ "Đá", ngay trung tâm thành phố Sapa, đêm nay đông đầy những giáo dân. Vang vọng trong không gian, là rộn rã những bài thánh ca quen thuộc.

Đèn sáng giăng khắp phố cho tôi nhớ lại những Giáng Sinh tấp nập của Sàigòn năm xưa. Những đêm mặc áo đẹp, theo Ba Mẹ, đi dự Thánh Lễ ở nhà thờ Đức Bà.

Tuổi nhỏ tôi được nuông chiều nên nhõng nhẽo. Mười hai tuổi, tôi vẫn nằm lăn ra khóc ăn vạ, bắt đền. Vẫn hay dỗi hờn vô lý rồi bướng bỉnh nhất định không ăn cơm, chờ cho đến khi Mẹ dỗ dành, năn nỉ, có khi phải thêm cả những lời hăm dọa đòn roi...

Nhớ về những ngày thơ ấu cũ, tôi chợt bóp nhẹ tay em như một lời xin lỗi.

Tôi đã mắc nợ em, khi được quá nhiều những ân sủng của đời... Mà sao đôi khi tôi vẫn còn thở than, trách oán?

Vậy, còn những cuộc đời như em trên khắp cùng đất nước, khắp một quê hương lầm than, rách rưới... Các em đã có bao giờ than thở, và có được quyền oán trách với ai không?

Phản ứng từ một sự xót thương, tôi cúi xuống ngả đầu trên tóc em. Tôi hít hà cái mùi chua nồng một cách thương yêu. Tóc em như còn có cả cái hương ủ ê của đất, thêm với mùi ẩm ẩm, dãi dầu của những nắng cùng mưa...

Chúng tôi bước vào ngôi Thánh Đường trong tiếng thánh ca thanh thoát và xôn xao của một ngày lễ thiêng liêng

***

Tôi đoán đây là lần đầu tiên em bước vô một khách sạn. Em vui với bình hoa tươi thắm, mọi ghế bàn trong phòng khách và ngay cả những miếng xà bông nho nhỏ, xinh xinh.

Rụt rè em nằm trên sofa, cam tâm như đó là nơi em sẽ ngủ đêm nay. Tôi ẵm em nằm bên cạnh, và cảm nhận ra nhiều vui thích trong đôi mắt lấp lánh, ngây thơ.

Em chợt líu lo hát, âm thanh bé bỏng, véo von. Tôi không hiểu gì, nhưng tưởng tượng ra em đang nói lên cùng thế giới. Nói về những ước ao nhỏ xíu, nhưng xa tắp, muôn trùng... Bàn tay em nhỏ bé, bao giờ mới với được tới những ước mơ?

Tôi ôm em trong lòng, em cười rất tươi, nụ cười chan chứa hân hoan, và đầm ấm.

Em đã chẳng thao thức cùng tôi, đã chẳng thiết tha lắng nghe những bản nhạc Giáng Sinh vẫn còn lác đác, vọng lan man trên đường phố. Xoải dài tay, em chìm trong giấc ngủ.

Tôi nhìn ngắm em như soi rọi lại tuổi thơ mình, một đời sống rất khác.

Giật mình, lòng nhói đau khi mắt tôi nhìn ra đôi gót chân em nứt nẻ. Xót xa, tôi xoa nhẹ lên màu đen của những dấu ấn, những dấu vết tượng trưng cho một tuổi thơ nhọc nhằn, lam lũ.

Nước mắt tôi rơi trên đôi gót chân em. Nước mắt ràn rụa, tưởng chừng như có thể tẩy trắng hết những vết đen, sâu và dài như ngàn lát dao cắt xuống...

Tôi ngậm ngùi nhớ lại những bước nhỏ vô tội, em đã tung tăng, đã thoăn thoắt bước cùng tôi sáng nay.

Em chưa hiểu ra rằng, đôi gót chân nứt nẻ rồi đây, em sẽ phải dẫm đạp lên mọi thứ chông gai, và vướng víu với tất cả những tai ương đầy gay gắt, điên đảo của đời người.

"... Tuyết rơi và
Rơi.
Em có lạnh?

Xoa lên tóc
Thơm mùi đất ướt
Tôi hỏi em
Nhà, tận mãi đâu?

"... Sapa sáng nay
Lòng như than lửa
Từ biệt em
Tôi khóc thảm thương
Đã có bao lần, tôi trở lại
Khói chiều lam dẫn bước chân tìm
Nhớ tay nhỏ,
Ngày xưa, tóc ướt
Em ở đâu?
Mù mịt cánh chim"

CHINH PHỤ NGÂM

"Chồng em rách nát chiến bào
Vi vu gió thổi bay vào kinh đô"
[Thơ Hoàng Cầm]

Cô bạn lườm nguýt, nhìn tôi như một kẻ "phản quốc", khi tôi nói với cô rằng, suốt hết thời thiếu nữ tôi đã chẳng có quen ai, không biết người lính chiến nào trong Quân Đội Việt Nam Cộng Hòa.

Tôi mê Chinh Phụ Ngâm. Mê những anh hùng Trác Bạc, vung kiếm đao quét sạch quân thù nơi chiến trường xa xăm, mù mịt.

Những tráng sĩ kiêu hùng, dạn dày gió sương, đẹp bàng bạc với hình ảnh của chút ngông cuồng, phiêu lãng.

Và niềm u hoài của thiếu phụ mong chồng, se sắt trong những đêm dài chờ đợi, cũng phải mơ màng, rơi rơi theo trăm vần thơ trác tuyệt, đẹp ngời và nên thơ...

"Chiến tranh", mà tôi còn "chọn lựa", còn tìm cho

ra những khổ đau trong bối cảnh lãng mạn, thơ mộng và còn phải đẹp như trăng.

"... Chàng ruổi ngựa dặm trường mây phủ
Thiếp dạo hài lầu cũ rêu in..."

"... Tìm chàng thuở Dương Đài, lối cũ
Gặp chàng nơi Tương Phố, bến xưa..."
[Chinh Phụ Ngâm]

Khi chiến tranh nẩy lửa, tang thương vùi dập trên khắp cả quê hương, Sàigòn vẫn có những đứa học trò như tôi, chỉ nghe "chiến tranh" trong Radio, ngó sơ sơ những thời sự chiến trường qua TV, và đặc biệt, không theo dõi những Quảng Trị kinh hoàng, Khe Sanh bừng lửa trên báo chí... Nhất định chỉ đọc Chinh Phụ Ngâm. Và chiến tranh của tôi, đã mơ màng theo Chinh Phu lang bạt hay Cô Phụ ngồi chờ chồng trong những đêm dài mưa rơi, lá bay và gió lộng...

Cho đến khi tôi gặp anh, cứ coi như đã gặp người chiến sĩ duy nhất, dù cuộc đao binh đã tàn.

Năm 1982, anh mới ra khỏi trại tù vài tháng, sau 7 năm bị đày ải nơi rừng thiêng nước độc. Cổng Trời.

Thời gian đó, đi theo anh chị họa sĩ Cù Nguyễn, tôi mang hết tủ sách của Nghiêu Đề đã nhọc công giấu giếm ra bày, bán chữ nghĩa ngoài Chợ Sách trên đường Calmette, Ký Con.

Bán thì ít mà tôi mải mê đọc lại những cuốn sách quý đó thì nhiều. Tôi xót xa, tiếc rẻ khi phải bán đi sách của Arthur Koestler, Dostoevsky hay Solzhenitsyn…

Những dịch giả miền Nam đã mang văn chương thế giới trải dài, đã nối điều cho nền văn hóa Việt những ánh đèn rực rỡ sáng. Đã mang những minh triết, tinh hoa từ muôn phương, giúp tuổi trẻ chúng tôi được thưởng lãm và học hỏi qua những quyển sách vô cùng giá trị, để chúng tôi có đầy ắp những thăng hoa, cho một cuộc sống đẹp ngời.

Bằng giọng miền Bắc của Sàigòn thanh thao, nhưng lại trầm như một note nhạc rơi xuống thấp, anh đã làm tôi muốn tặng luôn cuốn "Đôi bạn chân tình" của Hermann Hesse, thay vì phải bán với giá rất mắc, một cuốn sách mà chắc không còn ai có.

Chị Cù Nguyễn đưa mắt nhìn như muốn khiếu nại, thắc mắc. Sao tôi bán mà như cho không, quyển sách hiếm hoi tới một độc giả vừa mới gặp như vậy?

Tôi hay bị xúc động rồi mụ mị ngang xương, điều này bí mật, không ai hiểu được đâu. Chắc chỉ có mình tôi biết…

Sau khi mua và đã đọc gần hết "tủ" sách của tôi, anh viết cho tôi mỗi ngày, trên mặt sau của tờ giấy bạc trong bao thuốc lá.

Những cay đắng của một người sau bảy năm dài tù đày, trở lại căn nhà xưa, người vợ đã bỏ đi biền biệt, mất tăm... Anh chỉ viết như lời tâm sự lan man, chút chi tiết u ám cho tôi hiểu, còn lại là những mông lung quanh vài quyển sách đã đọc… Hoặc vài ý nghĩ rời của những tháng ngày tuyệt vọng, không còn thiết tha gì, với bao đổi thay nghiệt ngã đầy tàn bạo trên quê hương.

Anh còn loanh quanh viết vài câu cho tôi hiểu rằng, niềm vui duy nhất của anh bây giờ chỉ là, ngồi quán Café bên đường nhìn... tôi bán sách!

Tôi ngậm ngùi nghiệm ra nỗi lòng đầy não nề, ẩn ức của cả dân tộc tôi, trong đó có anh. Trải qua những rủi ro lớn lao, để rồi bỗng dưng mà mất trắng cả một quê hương. Quê hương tôi nát tan, dù sau những năm dài đã phải trả giá bằng bao máu xương và nước mắt...

Tôi không có đủ sự mạo hiểm để thư qua thư lại cùng anh. Nhưng cũng chẳng có nghĩa là tôi đã không chờ, không đợi, những lời lẽ dễ thương, đậm đà anh viết mỗi ngày. Thêm vào đó, chữ anh rất đẹp và bay bướm, mà tuổi đời tôi còn nhỏ với đầy những u mê... Còn thích cả từ một nét chữ hào hoa, hay một giọng nói thâm trầm, ấm áp.

Anh kiên nhẫn viết, dù chẳng bao giờ tôi dám trả lời.

***

Tôi rục rã, tang thương từ ngày Chồng đau yếu, rồi qua đời...

Tang lễ Anh trang trọng, với rất đông bạn bè quý mến xa gần tới tiễn đưa, chứ không phải chỉ riêng ở tại California, nơi chúng tôi đã nhiều năm sinh sống.

Khi sắp sửa ra về, sau một ngày dài đầy nghi lễ... Bỗng trước mặt tôi là ai, rất lạ. Chưa kịp thắc mắc, Ông đưa tôi cuốn sách cũ: "Đôi bạn chân tình" của Hermann Hesse. Không nói thêm câu nào, Ông bỏ đi ngay.

Trong một luân lý vừa đủ, vẫn cần phải gìn giữ. Tôi cho thái độ của Ông khi bước rất nhanh, rời khỏi nơi mới chôn cất người quá cố, là một sự hợp lý. Nhưng vẫn nhìn theo dáng Ông, nhận ra người mua sách, và chợt tôi nhớ lại những tờ giấy nhỏ năm xưa, đã 15 năm cũ.

Ghép trong cuốn sách là tờ giấy bạc còn thơm mùi thuốc lá. Đặc biệt là những dòng chữ vẫn rất đẹp, kèm theo với số điện thoại…

Chẳng có nghị lực, can đảm nào để tôi nghĩ tới chuyện huyên thuyên, líu lo cùng với ai lúc này. Sau một biến cố dễ sợ, đã nhốt tôi trong vật vã, đớn đau suốt 3 năm dài, và không biết sẽ còn cho đến bao giờ nữa?

Điều bắt buộc là tôi phải quên ngay Ông. Và rất ngăn nắp, tôi xếp Hermann Hesse vào trong tủ sách, như đã cất đi một niềm bí ẩn.

***

Cô bạn đã ghép tôi tội "phản quốc", nhất định mời tôi tới buổi họp mặt kỷ niệm 30 tháng 4, do hội HO tổ chức ngày mai.

Để tránh chuyện bị vu vạ thêm rất nhiều tội lỗi, chỉ vì đã không bao giờ là "Người yêu của lính", tôi đành phải thuận theo lời, đi với bạn.

Tôi ngậm ngùi khóc lặng lẽ, khi nghe bài Quốc Ca hào hùng vang lên cùng lá cờ bay trong gió. Đã rất lâu rồi tôi mới đến cùng với quê hương, một quê hương đầy tai ương, và với cả những dập vùi thê thảm…

Có ai đó trên sân khấu, ôm đàn hát giọng tenor vút cao, vang vọng, tiếng hát đã làm tôi phải chú ý lắng nghe:

"... *Hồng Hà chơi vơi dâng nước trên nguồn về khơi...*

... Hồng Hà ơi, ta nhớ mùa thu xưa nước về như sóng cờ lên khi quân về thủ đô..."

[Đỗ Nhuận]

Tôi nhận ra người đang hát là Ông, người đọc Hermann Hesse. Không ngờ Ông hát rất hay một bài tôi thích nhất. Tiếng hát vang xa và cao vút như của Luciano Pavarotti, một trong *"The Three Tenors"*, người mà tôi thường say mê, tưởng như phải nghe cho đến chết.

Tôi chợt rúng động, bởi qua tiếng hát, tôi nhớ lại giọng nói quyến rũ của Ông, khi gặp ở "Chợ Sách" những năm xưa...

Và, Ông cũng chợt nhận ra tôi.

Như một đợi chờ quen thuộc, tôi tưởng Ông lại sắp đưa cho tôi miếng giấy bạc, với những nét viết hào hoa...

Tôi về tay không.

Ông đã chẳng còn hút thuốc.

San Francisco, phố cũ

Giờ ngọ
Giữa trưa,
Đứng.
"Nghinh" đời.
Mắt nhắm
Nhưng, chẳng phải im hơi
Ta đứng,
tới khi chiều
Rồi tối
Nếu quên về?
Thiêm thiếp...
đến mai

Sương đêm thấm qua vai
Tóc ướt, nhớ môi người.

Đã chẳng hẹn nhau giờ gặp lại
Ta đứng đây
Và, ta
Cứ...
đứng đây.

TIỆC ỐC MA

"Hãy thắp cho anh một ngọn đèn
Một ngọn đèn tóc tang, dửng dưng..."
[Nhạc Nguyễn Đình Toàn]

Phim "Xa Lộ Không Đèn", có từ năm 1972. Dù chưa bao giờ xem, nhưng tối nay, tôi lại chợt nghĩ đến.

Ánh đèn của những chiếc xe máy, vòng vèo lướt ngang, vội vã. Chút ánh sáng chớp tắt lập lòe đã không đủ cho chúng tôi nhìn rõ mặt nhau. Nhưng sao tôi lại hình dung ra cuốn phim ngày trước, với những hình ảnh màu mè, những tấm quảng cáo đã được dán khắp nơi, ở mọi hè phố của Sài gòn, những năm xưa...

Sau 1975, cả nước sống triền miên trong những đêm không đèn. Và đã chẳng có ai cần phải ra tận xa lộ mới thấy được cảnh phim đầy gay cấn trong "Xa lộ không đèn" của Hoàng Anh Tuấn.

Tối nay, anh chị Nguyễn Đình Toàn và chúng tôi, đang đứng ngay chân cầu xa lộ âm u.

Sàigòn của chúng tôi. Sàigòn với những đêm không đèn đóm...

Anh Nghiêu Đề quăng tàn thuốc xuống lề đường đọng nước, tiếng nói Anh lúc nào cũng hiền hòa:

- Vụ tụi nó mời mình vô cái Hội Văn Nghệ, Văn Hóa gì gì đó, Ông thấy sao?

- Tôi đã nói với chúng nó một câu trừ hao rồi: "Hội nào mấy ông mời, tụi tôi cũng vô hết, nhưng để cho chắc ăn, tôi muốn biết, nếu khi nào cần ra khỏi mấy cái Hội đó, thì mấy ông có cho chúng tôi ra hay không?". Nghĩa là, vô rồi thì có còn ra được nữa hay không?

Chị Thu Hồng cười vang với lối nói cà khịa của Nguyễn Đình Toàn, ông chồng đanh đá.

Trước khi đạp xe về hướng Làng Báo Chí, anh Toàn dặn dò:

- Thôi, thân thằng nào thằng nấy lo...

Nhưng chúng tôi cả đám đã chẳng ai cần "lo lắng" gì. Toàn những tụ họp và rong chơi.

Một sáng chủ nhật, khi tôi đang đứng xếp hàng chờ mua chút thực phẩm Hợp Tác Xã. Chị Thụy Vũ và chị Thu Hồng tới tìm, tay chị Vũ cầm một cục gạch. Chị thành thạo bỏ xuống chân tôi, như một thế chỗ.

Tôi gửi gắm cục gạch để người hàng xóm nhích lên giùm. Tôi đoán, chắc cả tiếng nữa mình mới cần trở lại.

Ngồi chờ chúng tôi ở *Café Cây Bông Gòn* ngay cầu Kinh Thanh Đa, là anh Nguyễn Đình Toàn, Nghiêu Đề và Dương Thụ, người nhạc sĩ bỏ Hà Nội vô Sàigòn sớm nhất.

Xong Café với đủ thứ chuyện buồn vui, khi thầm thì, lúc to nhỏ... Tôi mời bạn bè về nhà dùng bữa cơm trưa với những thứ vừa mua được từ cửa hàng Hợp Tác Xã.

Thiên hạ cứ hay bàn về "hạnh phúc", hai chữ vừa đắt đỏ, vừa khó khăn, lại khó tìm. Nhưng sau 1975, chợt nhiên mà "hạnh phúc" rất dễ nhìn thấy: Đôi khi chỉ là vì dưới cái nắng như điên của Sàigòn, bỗng có ai đó đang xếp hàng bỏ đi, nhường cho mình chỗ của họ; hoặc ráng kỳ kèo thêm trái ớt, mà đã không bị cô bán hàng Hợp Tác Xã đá thúng đụng nia, lườm lườm, nguýt nguýt.

"Niềm vui", cũng chẳng ai cần phải lặn lội kiếm tìm xa xôi. Nhiều khi nó cũng rất đơn sơ, rất tội nghiệp. Hân hoan vui sướng chỉ vì mua được con cá bự hơn, hay những kí-lô gạo không bị nhiều sạn cát, đầy meo mốc...

Chị Hồng còn dặn dò trong lo lắng: "Cô nhớ đừng cho bột ngọt vô cá thịt trước nhé, chất ngọt của nó sẽ biến mất..." Chút quan tâm của chị, như trải ra sự đắn đo, dè sẻn của mọi chúng tôi. Cứ như cuộc đời chẳng có gì cần phải nhớ đến, cả nước chỉ còn biết quanh quẩn bên miếng hành hay những bó rau, loại rau có chút màu úa vàng, heo héo.

Và tôi đã chẳng bao giờ quên hình ảnh chị Thụy Vũ hôm đó, đặt lên bàn ăn một dĩa cá kho, mà chị đã phải đổ thêm nước vào như một tô canh, vì sợ thiếu...

Chúng tôi sống gắn bó, dễ thương trong thời đói rách. Dù biết rằng chẳng ai đã cam tâm, nhưng phải cố gắng đào bới, tìm cho ra những thú vị trong mọi cảnh đời trầm luân, gay gắt... Anh Toàn hay ghé Thanh Đa kể những chuyện cười dí dỏm, nhưng với giọng đầy chua chát, đắng cay:

"Bác Toàn ngồi chờ Bố cháu về nhé, Bác có muốn dùng trái cây không?"

Nghe tới "trái cây", mừng vì thèm đã từ lâu, vừa "ừ" xong thì thấy nó đặt trên bàn một rổ đầy… những trái cóc xanh!

***

Nhưng chẳng phải lúc nào chúng tôi cũng cười cợt, để vượt qua được những sống và chết của một thời đầy tai ương, khó khăn và bất trắc.

Chị Toàn lo chạy từng bữa ăn cho Thức, Tri, Uyển và Xíu.

Chị Thụy Vũ, vật vã với áo cơm, nuôi đàn con nhỏ. Chị tất bật đến nỗi, đời sống lam lũ đã biến phong thái chậm rãi ngày xưa, thành ra một tướng đi lúc nào cũng như sắp chạy. Để có nhiều lần cùng nhau đi Café, Anh Toàn cứ phải níu chị chậm lại bằng câu nói đùa: "Thụy Vũ có sợ bị Tô Thùy Yên rượt, tóm bắt lại hay không mà phải đi nhanh dữ vậy?"

Riêng tôi, phải cùng với chị Lĩnh Mai vợ anh Nguyễn Trung, lên Crystal Palace nhận áo thun về cho hai họa sĩ vẽ những hình Walt Disney.

Nguyễn Trung và Nghiêu Đề vẽ tranh sơn dầu xấu đẹp ra sao, các bà hàng chợ không cần biết, để có khi chê bai những chiếc áo đã được đặt vẽ một cách thậm tệ, khiến hai Ông vừa giận, vừa tức điên người.

Dễ thương nhất là một sáng chị Hồng và tôi, vòng vo mãi quanh chợ Sàigòn, cũng chẳng mua được gì nhiều cho dịp tết sắp đến. Chúng tôi nhàn nhã, đi dọc theo đường Lê Lợi.

Chợt tôi giật mình vì tiếng cười khác lạ của Bùi Giáng. Chị Hồng vội trấn an: "Đừng sợ, ổng nhận ra tụi mình đó".

Rất tinh nghịch, ông chạy vượt lên trước chúng tôi, rồi chợt quỳ xuống theo dáng vẻ của thợ chụp hình. Thay vì tròn những ngón tay dán vào mắt như hai ống kính, Bùi Giáng làm chúng tôi đỏ mặt, khi ông áp vào mỗi mắt bằng hai ngón tay, qua một hình thù rất tục tĩu. Nhưng cũng đành, chị Hồng và tôi nghiêm chỉnh đứng cho Bùi Giáng bấm cả chục tấm "hình", mang về làm… kỷ niệm như lời Ông năn nỉ, dặn dò.

Chúng tôi vừa bước đi, Bùi Giáng chợt quay trở lại, rất hồn nhiên, Ông cửi phăng chiếc áo caro đỏ, cho thiên hạ thấy rõ một thân hình trơ xương, ốm yếu. Ông chìa cái áo dơ và rách ra hỏi chị Hồng: "Đổi áo không?" Chúng tôi chỉ còn biết cười tung tóe. Và ông cũng cười, âm thanh nghe hào sảng, ngổ ngáo và vô cùng... Bùi Giáng.

Có những đêm chúng tôi ngồi Café. Điện cúp tối tăm, chỉ còn chút vành trăng mỏng dính, treo lửng lơ rất mơ màng. Anh Toàn mượn cây đàn của chủ quán, ngồi ngay giữa trời, thầm thì hát.

Nghiêu Đề và tôi cùng im, cùng nghe và cùng chết lặng.

Anh đang hát cho ngày chúng tôi sắp ra đi. Đi tới một nơi mà toàn dân thiên hạ đều mơ ước: California.

Anh Toàn trách chúng tôi mang theo cái "sân khấu", cùng cả với "Dòng sông ca hát".

Chúng tôi sẽ bỏ lại biết bao nhiêu bè bạn bên một đời sống u hoài, buồn bã, mà không còn có nơi nào để gặp nhau thường xuyên như trước nữa.

Thanh Đa, căn chung cư nhỏ nhưng là chiếc hộp rất lớn, đã gìn giữ lại rất nhiều khuôn mặt, với muôn ngàn kỷ niệm của chúng tôi, sống qua những điêu linh, và rủi ro của quê hương trong bao tháng năm dài...

Cuối năm 1984, khi chúng tôi ra đi, đã chẳng ai nghĩ sẽ còn có bao giờ trở lại. Và bởi thế, chuyện chia tay cứ như là mãi mãi.

"Hãy thắp cho anh một ngọn đèn
Dù mịt mù xa xăm
Dù mệt nhoài trông ngóng..."
[Nhạc Nguyễn Đình Toàn]

***

Anh chị Toàn mừng vì Sàigòn đêm qua mưa dầm, khiến rất nhiều con ốc ma đã lần mò, bò chậm chạp trên những khóm cây thâm thấp ướt, trước hiên nhà.

Bữa tiệc tiễn chúng tôi ra đi không phải ở Cư xá Thanh Đa, mà là nhà anh chị Nguyễn Đình Toàn bên Làng Báo Chí.

Không cá thịt, cũng chẳng phải cơm chay. Thức ăn đặc biệt chỉ là những con "Ốc Ma".

Ốc Ma. Mới nghe tên thôi mà tôi đã co hết người, vì sợ hãi.

Chị Thụy Vũ diễn giải rằng, đây là một loại ốc đặc biệt, vừa mắc tiền, vừa hiếm hoi mà dân Châu Âu rất thích. Bởi anh Hồ Trường An bên Pháp phải đặt mua trước mới có.

Chị Thu Hồng đơn giản hơn, khai ra cùng bè bạn: Hôm nay chúng ta có Ốc Ma vì không có tiền đi chợ. Món đặc sắc này là do sáng kiến của chị Thụy Vũ.

Và tất cả chúng tôi đùa vui, líu lo bên những dĩa ốc tỏa khói, thơm ngát…

Trần Quang Lộc đã ngồi lại, hát cùng chúng tôi cho đến lúc đêm tàn.

"Em có nhớ căn nhà xưa
Bên khu vườn cải
Nơi những sớm mai nằm nghe
Nắng giòn trên mái
Ở đó có những lũ sên bò quanh
Có tiếng khóc hơi đèn nhang
Có giếng nước soi trời trong…"
[Thu Hồng, nhạc Nguyễn Đình Toàn]

Đêm, lời nhắc nhở của một ngày sắp hết.

Có phải khi ngày tinh khôi bắt đầu, là lúc đêm còn đang tối tăm?

"Hãy thắp cho anh một ngọn đèn
Dù lửa tàn trong anh
Không còn đủ
Khêu thêm đèn sáng..."
[Nhạc Nguyễn Đình Toàn]

***

Năm 1998, một ngày sau khi tới Mỹ. Anh chị Nguyễn Đình Toàn vội vã xuống San Diego tham dự buổi tiễn đưa anh Nghiêu Đề. Nhưng tiếc là mọi chuyện đã xong hết, chỉ vài giờ trước khi anh chị đến.

Anh Toàn nói lời cuối cùng bên chân dung Nghiêu Đề: "Không lẽ cuộc đời chúng ta toàn phải chạy? Chạy hớt hải, chạy, chỉ để rượt theo những điều... chẳng còn có bao giờ kịp nữa".

Và em, cuối cùng cũng đã không kịp "chạy" lên trong ngày buồn nhất.

Ngày Chị ra đi…

"Mong cho người về được nơi sẽ đến
Ta chia tay
Ta chia lời vĩnh biệt"
[Nhạc Nguyễn Đình Toàn]

Bỏ nhà

Cánh cửa
Sầm. Đóng lại
Chìa khóa?
Quăng lên trời
Ta,
Bước chân phiêu bạt
Tay không
bày cuộc chơi

Lưu Linh? Ờ, Lưu Linh
Tản Đà? Ta chấp hết!
Cà phê? Dạ, Khổng Tử
Ngàn ly chưa thấm tháp

Mắt sắc như kiếm dao
Chém chơi vài
Phạm Thái
Đàn đứt dây, lỡ nhịp
Hết hơi
đêm chưa tàn
Ta hát lời ly biệt
Tử Kỳ
chết, dưới trăng

Đứng giữa trăm ngả đường
Không lui
và chẳng tới
Ta như đêm
Mịt mù
giữa trùng trùng duyên khởi

Quanh một vòng trái đất
Thèm,
Trở lại chốn xưa
Ngồi bên hè phố cũ
Tỉ tê
Khóc... nhớ nhà.

"KÊN" VỚI TUỔI ĐỜI

Khi chợt nghĩ tới số 60, tôi nhắm mắt uống thêm ba hớp café một lúc. Trôi xuống cổ tôi là cái nóng cháy và đắng ngắt của ly café vừa sôi, không đường, sữa.

Nếu café mà làm biến mất đi được cái số đáng sợ này, chiều nay tôi tình nguyện uống thêm vài ngàn ly nữa. Đánh đổi lại với tuổi trẻ mướt xanh, tôi thà bỏng môi, tôi thà rát cổ.

Phản ứng với số 60 dễ ghét, tôi tiếp tục mặc jeans bó sát, áo trễ xuống thêm chút nữa và luôn đi giày cao gót. Tiếng gót khua vang, vọng theo mỗi bước chân, khi rộn rã, lúc reo vui đã làm tôi thân ái, ấm áp hơn với số tuổi không còn trẻ nữa của đời.

Đó là dáng, là điệu bộ của 60, cố gắng hết sức để nhìn như 50 hay trẻ hơn thế... Nhưng làm sao tôi thay xiêm, đổi áo. Lại càng không thể mang gót cao, cho sự đổi thay đích thực của mỗi tế bào trong cơ thể. Những tế bào mà chúng cứ vùng vằng, đả đảo, bắt tôi không thể xén đi, không được cắt bớt chút thời gian nào, mà phải trân trọng tuổi tác như một ân sủng đã được ban cho từ trời đất.

***

Khi biết chuyến bay bất ngờ trễ thêm bốn tiếng, tôi dựa lưng mà như muốn dài thân trên ghế vì chán và tức United Airline, bởi mọi chương trình đón đưa sẽ bị thay đổi hết…

Vừa ngồi lại cho tử tế, mắt tôi chạm phải ánh nhìn không rời của người ngồi đối diện. Hơi khó chịu, nhưng tôi chậm phản ứng, hắn hạch sách trước: "Chị "nghinh" em phải không?" Tôi liền dùng đúng ngôn ngữ giang hồ: "Không nghinh, "kên" thôi". Cả hai cùng cười và hắn điềm nhiên ngồi xuống ghế bên cạnh.

Thôi, chẳng cần thắc mắc, cứ coi như chúng tôi vừa sáng tác ra một lối làm quen, một cách chào hỏi mới.

Tôi phàn nàn nếu phải ngồi đợi ở phi trường San Francisco lâu thế, thà ra phố. Ngay lập tức hắn text hẹn Uber…

Lombard, San Francisco. Đẹp thơ mộng với những con đường dốc chập chùng của mọi sắc hoa. Tôi cũng thường tới con phố nhỏ có hoa đủ 365 ngày này, thích thú với cảm giác khi để yên cho xe chạy dốc, qua những khúc quanh bất ngờ, mà không bị lật, không bị quăng ném xuống chân đồi.

Chúng tôi chọn một quán café nhỏ có balcony nhìn xuống ven đường thoai thoải dốc, được viền bằng những khóm hoa rực rỡ, đẹp, chan hòa ánh lên cùng chút nắng sắp tắt của một chiều mùa xuân.

Phân tích về cách cấu trúc khác lạ của phố Lombard, chúng tôi mải mê nói về những Artworks và Architecture. Café đã bị bỏ quên, lạnh tanh, nguội ngắt.

Cùng say mê nhiều bố cục kiến trúc tuyệt vời, những tác phẩm toàn hảo thời Renaissance và Baroque. Bên cạnh Alberti, Palladio… chúng tôi chẳng thể quên, không nhắc tới những thiên tài đã vật vã, miệt mài suốt bao năm cho đến tận cuối đời, để sáng tạo ra rất nhiều công trình đẹp muôn đời, vĩnh cửu như Michelangelo, Bernini...

Lan man, chúng tôi vòng vo qua hết những tượng, cùng tranh, bàn thêm cả về những khối kiến trúc cách điệu tân kỳ, rất đặc biệt của Antoni Gaudí.

Và, tôi cứ ngỡ như mình đang trở lại Châu Âu, trở lại với những chuyến du lịch xa vời, đầy thú vị của những ngày xưa, tháng cũ.

Cảm nhận của Khoa về Art, đánh thức trong tôi niềm vui được bàn tới, được nói về bao điều mình đam mê thích thú, mà từ lâu lắm rồi như đã lãng quên.

Âm vang tiếng nói Khoa ấm áp nhưng sôi nổi, không đều đều buồn bã như kinh.

Tôi ngước mắt ngắm ánh nắng cuối cùng đang chìm dần vào tối, thiếp theo cùng chút hạnh phúc hiếm hoi, rất tình cờ, chợt tìm đến...

Thiên hạ hay bàn về những điều bất biến, những bền bỉ trăm năm… Chẳng lạc quan như thế, tôi tính theo phút, theo giây. Một chút gì đó dễ thương, hay hay rồi biến mất, ngày mai sẽ chẳng còn lại gì, bởi chính tôi không hề thiết tha gìn giữ.

Những bóng những bọt của đời người, chúng ta sấn tới, quyết nắm bắt cho bằng được, để đến khi nhìn ra, nhận thấy... Và sau cùng, những văn, những thơ đã ào ạt, thoát ra với cả tỷ lời thở than, phiền muộn.

Hóa ra tôi không có gì "buồn" hết sao?

Những vớ vẩn, thích bày đặt ra niềm u hoài không tên, của tuổi nhỏ. Những mơ màng, cũng vẫn không tên, thời thiếu nữ. Và từ khi hết ngây thơ để hiểu ra rằng, mọi tai ương luôn bỗng dưng từ trên trời cao rơi xuống. Chúng có tên gọi đàng hoàng, lại còn được gọi bởi rất nhiều thứ tên...

Tôi chẳng buồn đâu. Tôi... sợ hãi!

***

Máy bay của những ngày giáp Tết chật cứng, Khoa loay hoay nhưng chẳng ai muốn đổi chỗ, nên dù rất muốn, chúng tôi không thể ngồi chung cùng hàng ghế.

Như một trò chơi tuổi nhỏ, Khoa viết, tôi viết... Dân kiến trúc, chữ Khoa rất đẹp. Chúng tôi thư qua thư lại trên những mảnh giấy nhỏ trong suốt chuyến bay dài.

Khoa múa chữ mông lung, tôi viết mơ hồ, lãng đãng. Chúng tôi tránh không hỏi gì về đời sống thật của nhau. Những điều không chút cần thiết, chẳng dính dáng gì đến hai cái phi trường: San Francisco và Tân Sơn Nhất. Nơi chúng tôi đã gặp và sẽ nói lời từ biệt.

Khoa muốn nán lại ở Tân Sơn Nhất. Tôi cũng kệ người nhà đang sốt ruột, trông ngóng bên ngoài chờ đưa, chờ đón... Chúng tôi ngồi bên cạnh những chậu hoa đào thắm hồng, rực rỡ của một tối giáp Tết, trong quầy café nhỏ.

Xuân quê hương, đã bao năm rồi tôi không trở lại?

Tôi nhớ thiết tha những con đường có lá bay, rơi rụng xoắn xít trên tóc, trên áo trắng đẹp mượt mà mỗi chiều tan học. Tôi mê những đêm mưa tầm tã, gió âm u thổi cùng sấm sét, nằm nghe mưa rơi mà không nỡ ngủ quên, vì thương chút âm ẩm, se sắt lạnh của Sàigòn.

Và tôi nhớ như điên những thơm tho của mùa Tết nơi xóm nhỏ. Mùi sơn mới, khói pháo bay, cùng với hương lá xanh nồng nồng của bánh chưng. Tôi thích ngồi xếp soạn những dĩa mứt có màu sắc óng ả, đẹp như tranh, để Ba Mẹ mời khách dùng với tách trà thơm ngát.

Tôi cũng biết, sẽ chẳng bao giờ ai có thể quên những đồng tiền mới, lao xao, rộn ràng trong túi áo reo vui của những ngày Tết năm xưa, khi còn bé dại...

Khoa trách tôi thật vô lý, nếu sau hôm nay chúng tôi sẽ không còn gặp lại, dù Khoa và tôi cùng sống trong một tiểu bang rất đẹp. California.

Khoa sẽ chẳng bao giờ hiểu rằng, tôi tránh trước những tai ương trên trời, những sóng dữ dưới chân. Và trong hãi sợ, tôi tránh luôn những cảm xúc, những chao động mơ màng sẽ không thể thiếu, của những ngày sắp tới...

Trước khi chia tay, Khoa viết số phone trong bao lì xì giấy đỏ, đặt lên tay tôi với mắt nhìn đằm thắm.

Chờ bóng Khoa khuất tôi mới đọc lời chúc tết, bên cạnh là hàng dài số phone và email.

Một chút ngập ngừng, đầy tiếc nuối, tôi thả số điện thoại, email của Khoa vô ly café đang uống dở. Màu giấy đỏ tan trong café sữa, biến ra một chất nhờ nhờ trông thật khó chịu, dễ ghét.

Nét chữ đẹp không uốn nắn của Khoa thấm nhòe, loăng quăng như những sợi tóc ướt.

Tôi nhắm mắt, uống cạn ly café đỏ như máu pha. Ly độc dược đắng ngắt, nhợt nhạt, tượng trưng cho một năm tàn, sắp hết.

Tính theo cách Việt Nam, những tính toán rất lạ lùng. Trừ đi hết mọi thứ, nhưng tuổi tác thì nhất định cứ phải cộng thêm.

Và sáng mai, mùng một Tết.

Khi tiếng chuông nhà thờ Đức Bà rộn rã, ngân nga như những lời chúc phúc đầu năm. Tôi sẽ uống rất nhiều những ly café, ung dung ngồi "Nghinh" với tuổi sáu mốt.

Liều mạng

Đã không mơ một
Anh hùng trác bạc
Vung kiếm đao
Quét sạch chiến trường
Càng không thích những
Kim vàng óng ánh
Chẳng đeo mang
cho nặng tay thêm

Ta yêu người,
Trái tim rực rỡ
Đã bao phen
Chết.
Bởi Điêu Thuyền
Có lắm khi cười vang giữa chợ
Đâu cần ai?
Chẳng.
Vỗ ngực, xưng tên.

Ta mê người
Trái tim liều mạng
Dốc hết giang san:
Một môi cười
Thế giới?
Nhỏ.
Như vài chiếc lá

Giật mình,
Ta.
Chắc phải... yêu thôi.

TÌM NHAU

"... Gặp nhau trong vinh dự của cuộc đời

... Gặp nhau trong cơ khổ của thế giới
Nhưng rồi, gặp nhau đôi tâm hồn
được nghỉ ngơi..."
[Phạm Duy]

Tôi ít cà kê nói gì về hiện tại, những chuyện mà có khi rất dài để khai ra, rất ngắn để giữ lại, và chẳng có chút lý do gì đến nỗi phải thở than...

Quá khứ, dù có những gắt gao hay dịu dàng, những sôi nổi hay lặng lẽ, tôi lại rất thích tìm cách ngồi nhớ lại. Có khi chỉ bởi một chút nắng sắp tàn, hay vài giọt sương ướt trên những cánh hoa của sáng sớm...

15 tuổi, khi chúng tôi ngồi mơ màng nhìn mưa rơi qua khung cửa sổ. Giáo sư nói gì, dạy gì tôi không nghe, mưa rạt rào, mưa lê thê... Lời Thầy theo gió, rơi cùng những chiếc lá tả tơi bay ngoài cửa lớp, rụng ướt trước sân trường.

Đó là những ngày tôi lén đọc rất nhiều lá thư lan man của Khang. Những dòng chữ ngây thơ trải dài trên giấy trắng, giấy được xé ra từ cuốn vở thơm mùi học trò.

Tôi cũng hồi âm với đầy những hứa hẹn dại khờ, lời lẽ có khi bày đặt đủ mọi thứ lý sự này kia, nhưng viết toàn điều mông lung vớ vẩn… Những lời nói mà chắc cả hai đứa đều không hiểu mình đang nghĩ gì? Vậy mà suốt một năm học dài, chúng tôi viết và gửi nhau đọc say sưa, đọc và còn tính học thuộc lòng như những lời trong kinh thánh.

Chỉ thế thôi, và chỉ có vậy.

Những năm sau tôi lập gia đình, sống chan hòa với hạnh phúc tưởng phải đến trăm năm… Nhưng tai ương như đã từ trời rơi xuống, tuổi mới 42 mà tôi bị gọi là góa phụ. Với tôi, sống một mình là sự trừng phạt lớn lao, sợ hãi nhất của đời người.

Vừa hăng hái, vừa vội vàng, tôi đi thêm bước nữa. Nhưng sau 17 năm, khi mà hạnh phúc sắp sửa tàn phai, chán đời tôi bỏ ra đi, về lại nơi chốn cũ.

Những thay đổi liên miên, dồn dập của nhiêu đó năm dài, đã đủ cho tôi ngồi yên, làm thinh và còn tính cả đến chuyện… im hơi, tịnh khẩu.

Nhưng những im ắng của đời, đôi khi lại như một tiếng chuông vang, ngân dài, thông báo với tôi về sự cô quạnh, lạnh lẽo của riêng mình. Tôi nghe vang vọng rất nhiều tiếng chuông, nhưng quyết tâm ngồi đó một mình, dù nước mắt có khi rơi, nóng rát.

***

Chúng tôi nhận ra nhau trong một Tất Niên họp mặt. Khang vẫn như xưa, gương mặt trẻ thơ và thánh thiện. Sau 50 năm, còn nhận ra nhau, nghĩa là sự đổi thay của cả hai đã không nhiều lắm.

Chỉ khi nhìn thấy ngón tay đeo nhẫn của Khang, tim tôi chợt chao đi vài nhịp. Sự đổi thay này mới thật dễ sợ.

Tôi cười khi nhớ lại lời cô bạn: "Vân đã từng biết có người đeo nhẫn tới lần thứ sáu".

Nếu có ai đeo nhẫn tới lần thứ sáu? Sáu chiếc nhẫn lần lượt mang vào, và tháo ra… Tôi đã nói với Vân: "Mr. mà có tới sáu chiếc nhẫn này, chắc chắn đã được miễn nhiễm với tình yêu và miễn nhiễm luôn cả với hôn nhân".

Tôi không hỏi, nên không biết Khang đang có nhẫn tới số mấy. Chập chờn tôi nghĩ tới con số yên tâm nhất. Số 10.

Nhưng dù số một hay số mười, tôi và Khang biết ngay ra, sự gặp lại này đã báo hiệu cho những điều không vui.

Chúng tôi ở cách biệt, hai tiểu bang xa xôi. Khang dặn dò, đừng xa nhau thêm lần nữa. Thế nào là lần nữa? Chuyện lơ tơ mơ tuổi học trò, có bao giờ tôi nghĩ như một lần chia xa?

Với tôi, bây giờ mới là chia cắt, mới là mất mát, ngay khi chúng tôi vừa gặp lại.

Không cần xé giấy trong những cuốn vở thơm tho mùi học trò như 50 năm trước. Chúng tôi text, email cho nhau liên miên hàng giờ, trong rất nhiều tháng.

Tôi biết mình không được bước xa hơn, dù chỉ là một inch nhỏ.

Chúng tôi cùng dừng lại, đứng ngay ngắn ngay lần ranh khắt khe nhất của định mệnh. Vói tới nhau qua khoảng không gian xa vời hàng ngàn dặm, mù tăm.

Thư chúng tôi viết cho nhau, không còn là những lời ngớ ngẩn ngày xưa. Chữ nghĩa đã như một gọi mời, dễ thương và vô cùng quyến rũ.

Khang viết và tôi viết… Mối tình chúng tôi thêu dệt trong hàng tỷ lá thư. Khang viết về những quyến luyến, đầy tiếc nuối và nhớ thương. Tôi viết những lời mênh mang với chút dè dặt, nhưng có khi lại ẩn ý những đa tình.

Có ai bảo rằng, chữ nghĩa tự nó không nói ra điều lẳng lơ? Và tôi cứ lẳng lơ, tôi rất lẳng lơ viết những chữ mông lung, vật vờ như gió, đính kết trong email gửi cho Khang. Sáng, trưa và chiều tối...

***

Khang không nói, không dẫn chứng với tôi về những luân lý, đạo đức xa xưa từ thời cổ đại. Tôi cũng chẳng mang ông Khổng Tử ra, chắn ngay giữa con đường đầy hoa lá của chúng tôi đang cùng nhau thênh thang bước, dù chỉ là những bước rón rén, qua email với đầy chữ viết và chỉ là chữ viết...

Nhưng điều gì làm chúng tôi vẫn đứng nguyên một chỗ? Chẳng lẽ chúng tôi cứ loanh quanh với "tình yêu hàm thụ" này mãi?

Trong một Party đầy bạn bè, chẳng ai hiểu sao tôi lại hát tới hai lần một bản nhạc?

Khi mê man, chìm đắm cùng tiếng hát, tôi đã như gửi những lời nồng nàn theo gió. Tiếng hát tôi đã vượt muôn ngàn trùng tới bên Khang, tới một nơi rất xa xôi, xa như nơi chốn nào đó ở tận bên ngoài trái đất.

"... Tìm nhau trong hơi thở
Tìm nhau trong cơn gió
Tìm nhau trong đêm khô
Hay mưa lũ...
... Tìm đâu môi em đỏ..."

[Phạm Duy]

Chợt có một ngày, Khang muốn tiến thêm một bước, rất dài.

Chúng tôi hẹn gặp nhau. Khang sẽ bay đến tiểu bang tôi đang ở.

Dạt dào như thuở mới mon men biết yêu đương, tôi thấy mình như trẻ dại, tung tăng cùng với mọi mơ ước... Tôi thấy nắng sáng, mưa chiều thi vị hơn, trăng xanh hay đêm tối đều mặn mà, thoát bay cùng với hương cỏ thơm tho, ngào ngạt...

Tôi với quần áo đẹp, tóc mượt mà, vẫn còn chút lúng liếng điệu đà như những tháng ngày xưa cũ.

Khang xôn xao mong đợi, cười vang như tuổi 15 thuở trước. Say sưa viết những lời trăm năm, ngọt ngào, trìu mến như chưa bao giờ...

Khi yêu thương và được yêu thương, tháng ngày như ngắn lại, tôi sợ đời sẽ hết, tôi sợ ngày sắp hết… Và chúng tôi hấp tấp, vội vàng.

Vội vàng nhưng "tinh khiết"... Khẩu hiệu của một định mệnh éo le.

***

Chuyến bay Khang bị trễ tới 2 tiếng.

Tôi ngồi đợi trong một Bar nhỏ ở phi trường. Rượu đỏ đẹp lóng lánh trong chiếc ly mỏng; tôi uống, tôi uống và tôi uống… Bừng trong tim tôi là Khang.

Khang có ngón tay đeo nhẫn, dù chẳng biết đã là chiếc nhẫn thứ bao nhiêu. Nhưng Khang đang có một cuộc sống yên bình, không xao động.

Dù vậy, Khang gửi gắm trong tôi một... Tình yêu vĩnh cửu. "Tình yêu vĩnh cửu", nghe vừa mong manh, vừa tội nghiệp. Tôi cười cười, nghiệm ra cái thông thái vô cùng của Chữ và Nghĩa.

Rất bất ngờ, không tính toán dù với một chút ngậm ngùi, tôi quyết định rời khỏi phi trường.

Khang rồi sẽ chẳng thấy tôi đứng đợi, chúng tôi sẽ chẳng có dịp ôm choàng mừng vui cho sự trùng phùng, sau rất nhiều ngày mong ước.

Tôi về lại đúng vị trí mình đang đứng, ngó mông ra cuối chân trời, thấy có những óng ánh của hai chữ "Đạo Đức".

Cái tĩnh từ này, với tôi nó không những chỉ là phù phiếm, mà rất nhiều khi nó còn mang thêm cả ý nghĩa của những người: Dại dột, không biết sống và chẳng bao giờ dám sống.

Thôi, sống hay chết gì, chắc tôi đã chẳng bao giờ quan tâm, cần biết.

Lấn rất nhiều đèn vàng, vượt thêm hai đèn đỏ... Vội vã, tôi lái xe như điên quay trở lại điểm hẹn.

Tôi phải tới đúng giờ, trước khi Khang biến mất.

Lời Nghiêu Đề

Ta đi khơi khơi
Ta,
Đứng cuối đường.
Bão cuốn
Gió chiều
Thổi bay phố xá
Mổ trái tim
Xem:
Không gì trong đó
Mở đôi bàn tay
Những thứ chẳng còn

Nhưng ta biết hết, xa...
nơi tối tăm
Là nơi thế nào rồi ta cũng đến
Là nơi chúng ta
Chẳng bao giờ hẹn
Là nơi đã sẵn
cho một chỗ nằm

Ừ, thì ta chết
Thì ta...
... Sắp chết
Dù cứ tưởng rằng
Sống.
Với trăm năm.

Mục lục

Liên lạc Tác giả
Lê Chiều Giang
tranh55@gmail.com

Liên lạc Nhà xuất bản
Nhân Ảnh
han.le3359@gmail.com
(408) 722-5626